NẤU ĂN VỚI THẢO DƯỢC TƯƠI

100 CÔNG THỨC NẤU ĂN NGON HÀNG NGÀY

Nghi Thanh

Đã đăng ký Bản quyền.

Tuyên bố miễn trừ trách nhiệm

Thông tin trong Sách điện tử này nhằm mục đích phục vụ như một tập hợp toàn diện về các chiến lược mà tác giả của Sách điện tử này đã thực hiện nghiên cứu. Các tóm tắt, chiến lược, mẹo và thủ thuật chỉ được tác giả đề xuất và việc đọc Sách điện tử này sẽ không đảm bảo rằng bạn sẽ thành công. kết quả sẽ phản ánh chính xác kết quả của tác giả. Tác giả của sách điện tử đã thực hiện mọi nỗ lực hợp lý để cung cấp thông tin cập nhật và chính xác cho người đọc sách điện tử. Tác giả và các cộng sự của tác giả sẽ không chịu trách nhiệm pháp lý về bất kỳ sai sót hoặc thiếu sót vô ý nào có thể xảy ra được tìm thấy. Tài liệu trong Sách điện tử có thể bao gồm thông tin của bên thứ ba. Tài liệu của bên thứ ba bao gồm các ý kiến được bày tỏ bởi chủ sở hữu của chúng. Do đó, tác giả của Sách điện tử không chịu trách nhiệm hoặc nghĩa vụ pháp lý đối với bất kỳ tài liệu hoặc ý kiến nào của bên thứ ba. Cho dù vì lý do Với sự phát triển của Internet hoặc những thay đổi không lường trước được trong chính sách của công ty và nguyên tắc gửi bài xã luận, những gì được nêu là thực tế tại thời điểm viết bài này có thể trở nên lỗi thời hoặc không thể áp dụng được sau này.

Sách điện tử có bản quyền © 202 3 với mọi quyền được bảo lưu. Việc phân phối lại, sao chép hoặc tạo tác phẩm phái sinh từ toàn bộ hoặc một phần sách điện tử này là bất hợp pháp. Không phần nào của báo cáo này có thể được sao chép hoặc truyền lại dưới bất kỳ hình thức sao chép hoặc truyền lại nào bất cứ điều gì mà không có sự cho phép bằng văn bản và có chữ ký của tác giả.

Mục lục

- MỤC LỤC 3
- GIỚI THIỆU 7
- **HỖN HỢP THẢO DƯỢC** 9
  - 1. Hỗn hợp không muối 10
  - 2. Gia vị của Ý 12
  - 3. Vườn pha trộn 14
  - 4. Gia cầm thảo dược 16
  - 5. Cá thảo mộc 18
  - 6. Chà gà cay 20
  - 7. Hỗn hợp gia vị bánh bí ngô 22
  - 8. Bình lắc gia vị bữa sáng 24
  - 9. Bột cà ri 26
  - 10. Hỗn hợp Fajita 28
  - 11. Gia vị hải sản 30
  - 12. Bó gà 32
  - 13. Bó thịt bò 34
  - 14. Bó cá 36
- **NƯỚC ÉP THẢO DƯỢC VÀ SINH TỐ** 38
  - 15. Sinh tố dâu và macadamia 39
  - 16. Sinh tố kỷ tử và hạt thông 41
  - 17. Sinh tố tăng cường nho đen 43
  - 18. Sinh tố anh đào chua và cacao nguyên chất 45
  - 19. Sinh tố hạnh nhân và hoa hồng 47
  - 20. Sinh tố quả hồ trăn và bơ 49
  - 21. Sinh tố Maca và xoài 51
  - 22. Sinh tố mận và thì là 53
  - 23. Sinh tố dâu quyền lực 55
  - 24. Niềm vui của kẻ lang thang đầu thu 57
  - 25. Nước ép rau xanh sân vườn 59

26. Nước ép ớt đỏ và hạt nảy mầm...61
27. Nước ép gừng và thì là...63
28. Nước ép mầm thì là và bông cải xanh....................................65
29. Rau kiều mạch và nước ép đậu Hà Lan..................................67
30. Nước ép salsa cà chua..69
31. Nước ép lá atisô và thì là...71
32. Nước ép hướng dương và cỏ lúa mì.......................................73

TRÀ THẢO MỘC...75

33. Trà chanh và hoa hồng..76
34. Trà lài sả..78
35. Trà kỷ tử và damiana..80
36. Trà tầm xuân và việt quất..82
37. Trà hoa cúc và hoa cơm cháy..84
38. Trà hoa cúc và thì là...86
39. Trà bồ công anh và ngưu bàng..88
40. Trà cỏ thi và hoa cúc kim tiền...90
41. Trà đầu lâu và hoa cam...92
42. Trà mâm xôi và dâu rừng..94
43. Truyền bạc hà và calendula...96
44. Trà hoa táo gai và hoa oải hương...98
45. Trà tầm ma và dao..100
46. Trà Mullein và kẹo dẻo..102
47. Trà cỏ đuôi ngựa và ngô...104
48. Trà đá thảo dược hoa quả...106
49. Trà thảo dược mâm xôi..110
50. Trà bạch đậu khấu...112
51. Trà Sassafras...114
52. Trà chùm ngây...116
53. Trà sâm...118

CORDIALES VÀ SIRUPS..120

54. Nước ép dâu đen và chanh...121
55. Nước ép cơm cháy và hoa cơm cháy..................................123
56. Mật ong tím và gừng ngọt ngào..126
57. Nước cốt chanh và mật ong...128

58. Xi-rô tầm xuân...	130
59. Mullein và xi-rô hồi...	132
60. Xi-rô cánh hoa hồng..	134
61. Xi-rô anh đào chua...	136
62. Xi-rô Echinacea và húng tây.......................................	138

CỒN THẢO DƯỢC...141

63. Thuốc bạc hà và húng tây..	142
64. Rượu cơm cháy và cam thảo......................................	144
65. Cồn hoa chanh và táo gai...	147
66. Cồn hoa lạc tiên và hoa cúc..	150
67. Rượu trinh bạch và đương quy..................................	153
68. Rượu Goji berry và nhân sâm Siberia.....................	156
69. Cồn cỏ ba lá đỏ và dao phay......................................	159
70. Thuốc bảo vệ mùa đông Echinacea và cơm cháy....	162
71. Thuốc bồ công anh và cây ngưu bàng....................	165
72. Cồn chuột rút và cây nữ lang....................................	168
73. Cohosh đen và cồn xô thơm......................................	171
74. Thuốc lá bạch dương và rễ cây tầm ma.................	174

THỰC PHẨM THẢO DƯỢC...177

75. Gà thảo mộc vụn...	178
76. Kem gà thảo mộc..	181
77. Gà tây tráng men Apricot Dijon................................	183
78. Cơm gà sốt thảo mộc..	186
79. Gà sốt kem và thảo mộc...	188
80. Gà Madeira trên bánh quy..	191
81. Súp gà rau thơm..	194
82. Gà nấu rượu và rau thơm...	197
83. ravioli thảo mộc..	199
84. Mì trộn thảo mộc..	202
85. Farfalle với nước sốt thảo mộc..................................	205
86. Mì trứng tỏi...	207
87. Cappelini với rau chân vịt...	209
88. Gạo thảo dược Malaysia...	212
89. Tóc thiên thần với cá hồi hun khói...........................	215

90. Cá tuyết với thảo mộc	218
91. Cá hồi luộc lạnh	221
92. Phi lê thảo mộc thì là	224
93. Cá nướng giòn và rau thơm	226
94. Fettuccine với tôm	228
95. Vẹm tỏi	230
96. Cá Caribe với rượu vang	233
97. Cá tuế nấu tỏi	236
98. Thịt lợn cốt lết	238
99. Xúc xích thảo dược tu viện	240
100. Phi lê cừu với rau thơm	242

PHẦN KẾT LUẬN **244**

GIỚI THIỆU

Không có quy tắc chung về lượng thảo mộc cần sử dụng. Hầu hết các công thức nấu ăn đều chỉ định một lượng trong danh sách nguyên liệu. Nếu bạn không có công thức để làm theo, hãy bắt đầu với $\frac{1}{4}$ thìa cà phê và thêm nhiều hơn nếu cần để đạt được hương vị lý tưởng. Bạn không muốn các loại thảo mộc lấn át các hương vị khác trong món ăn.

Các loại thảo mộc khô có tác dụng mạnh hơn các loại thảo mộc tươi nên bạn sẽ cần sử dụng nhiều loại thảo mộc tươi hơn. Nếu công thức yêu cầu 1 thìa cà phê thảo mộc khô, nghiền nát hoặc $\frac{1}{4}$ thìa cà phê thảo mộc dạng bột, hãy sử dụng 3 thìa cà phê (1 thìa canh) thảo mộc tươi. hỗn hợp thảo mộc khô là lựa chọn tuyệt vời để thử với bất kỳ món ăn nào. Hãy nhớ điều chỉnh lượng khi sử dụng các loại thảo mộc tươi.

Các loại thảo mộc thông thường

A. **Húng quế**— Các sản phẩm từ cà chua (nước trái cây, nước sốt mì ống, nước sốt pizza), trứng, thịt thú săn, thịt cừu, thịt bê, cơm, mì spaghetti, dầu giấm, súp (minestrone, đậu Hà Lan, khoai tây và rau), đậu, cà tím

B. **Húng tây**— Trứng, thịt thú rừng, thịt cừu, thịt bê, cơm, thịt gia cầm, nước sốt thịt nướng, cá, hàu, súp, súp (hành tây, cà chua và rau), nấm, cà chua

C. **Hương thảo** – Bánh bao, trứng, thịt thú săn, thịt cừu, thịt bê, thịt gia cầm, cá, sốt thịt nướng, thịt gà, thịt bò, súp (đậu và rau), đậu, nấm, khoai tây, súp lơ, củ cải

D. **Oregano**— Các món cà chua, thịt bò, thịt thú săn, thịt bê, mì spaghetti, nghêu, súp (đậu, minestrone và cà chua), đậu, cà tím và nấm

E. **Thì là**— Các món cà chua, bánh mì men, trứng, xà lách trộn, salad khoai tây, cá, đậu, cải Brussels, súp lơ, dưa chuột, bí mùa hè

F. **Mùi tây**— Salad, rau, mì ống

G. **Cây xô thơm**— Phô mai, thịt thú săn, thịt lợn, gạo, thịt gia cầm, súp (gà, minestrone và rau), nhân nhồi

H. **Rau mùi**— Nấu ăn kiểu Mexico và châu Á, cơm, salsa, cà chua

I. **Bạc hà**— Món tráng miệng, thịt cừu, đậu Hà Lan, salad trái cây, nước sốt

HỖN HỢP THẢO DƯỢC

1. Hỗn hợp không muối

làm được khoảng ⅓ cốc

Thành phần

- 1 muỗng canh bột mù tạt
- 2 thìa cà phê mùi tây
- 2 thìa cà phê bột hành
- 2 thìa cà phê húng tây
- 1 muỗng canh bột tỏi
- 2 thìa cà phê cỏ thì là
- 2 thìa cà phê mặn
- 2 thìa cà phê ớt bột
- 2 thìa cà phê vỏ chanh

Hướng

a) Trộn đều và bảo quản trong hộp kín.

b) Khi sẵn sàng sử dụng, trộn một lượng nhỏ với nước để tạo thành hỗn hợp sệt.

2. Gia vị của Ý

pha được khoảng 1½ cốc

Thành phần
- ½ cốc lá oregano khô
- ½ chén húng quế khô
- ½ chén hương thảo khô
- ¼ chén mùi tây khô
- ½ chén húng tây khô
- 1 muỗng canh hạt thì là, nghiền nát
- ¼ chén kinh giới khô
- 2 thìa xô thơm khô
- ¼ cốc lá oregano khô
- 1 muỗng canh ớt đỏ nóng
- ¼ chén mặn khô

Hướng

a) Trộn đều và bảo quản trong hộp kín.

b) Khi sẵn sàng sử dụng, trộn một lượng nhỏ với nước để tạo thành hỗn hợp sệt.

3. Vườn pha trộn

làm khoảng 1¼ cốc

Thành phần

- 2 muỗng canh lá oải hương khô
- 2 muỗng canh hạt hoặc thân cây thì là khô
- 3 muỗng canh mùi tây khô
- 3 muỗng canh húng quế khô
- 3 thìa húng tây khô
- 3 muỗng canh kinh giới khô
- 3 muỗng canh hương thảo khô
- 3 thìa hẹ khô
- 3 thìa ớt bột
- ½ thìa cà phê bột tỏi

Hướng

a) Trộn đều và bảo quản trong hộp kín.

b) Khi sẵn sàng sử dụng, trộn một lượng nhỏ với nước để tạo thành hỗn hợp sệt.

4. Gia cầm thảo dược

làm được khoảng ⅓ cốc

Thành phần

- 2 thìa tarragon khô
- 1 muỗng canh kinh giới khô
- 1 muỗng canh húng quế khô
- 1 muỗng canh hương thảo khô
- 1 thìa cà phê ớt bột
- 1 thìa cà phê tình yêu khô

Hướng

a) Trộn đều và bảo quản trong hộp kín.

b) Khi sẵn sàng sử dụng, trộn một lượng nhỏ với nước để tạo thành hỗn hợp sệt.

5. Cá thảo mộc

làm khoảng ½ cốc

Thành phần
- 3 muỗng canh cỏ thì là khô
- 2 muỗng canh húng quế khô
- 1 muỗng canh tarragon khô
- 1 muỗng canh húng tây chanh khô
- 1 muỗng canh mùi tây khô
- 1 muỗng canh rau mùi khô
- 1 muỗng canh hẹ khô

Hướng

a) Trộn đều và bảo quản trong hộp kín.

b) Khi sẵn sàng sử dụng, trộn một lượng nhỏ với nước để tạo thành hỗn hợp sệt.

6. Chà gà cay

Thành phần

- 2 thìa cà phê ớt bột
- 1 thìa cà phê lá oregano xay
- 1 muỗng cà phê lá ngò, phơi khô và vò nát
- 1/2 đến 1 muỗng cà phê ớt cayenne
- 1 thìa cà phê bột tỏi
- 1/2 thìa cà phê tiêu đen mới xay
- 1/2 thìa cà phê gừng xay
- 1/2 muỗng cà phê thì là xay

Hướng

c) Trộn đều và bảo quản trong hộp kín.

d) Khi sẵn sàng sử dụng, trộn một lượng nhỏ với nước để tạo thành hỗn hợp sệt.

7. Hỗn hợp gia vị bánh bí ngô

Thành phần

- 1/3 chén quế
- 1 muỗng canh gừng xay
- 1 muỗng canh hạt nhục đậu khấu hoặc quả chùy
- 1 1/2 muỗng cà phê đinh hương xay
- 1 1/2 thìa cà phê hạt tiêu

Hướng

a) Trộn đều và bảo quản trong hộp kín.

b) Thêm 1 đến 11/2 thìa cà phê hỗn hợp này vào nhân bánh bí ngô.

8. Bình lắc gia vị bữa sáng

Thành phần

- 1 cốc đường
- 3 thìa quế
- 1 muỗng cà phê hạt nhục đậu khấu hoặc quả chùy
- 1 thìa cà phê bạch đậu khấu

Hướng

a) Trộn đều và bảo quản trong hộp kín.

b) Rắc lên bánh kếp, bánh mì nướng hoặc bột yến mạch.

9. Bột cà ri

Thành phần

- 4 muỗng canh rau mùi đất
- 3 thìa bột nghệ
- 2 thìa thì là xay
- 1 muỗng canh tiêu đen mới xay
- 1 muỗng canh gừng xay
- 1 muỗng cà phê hạt thì là xay
- 1 thìa cà phê ớt bột
- 1/2 muỗng cà phê ớt cayenne

Hướng

a) Trộn đều và bảo quản trong hộp kín.

b) Thêm vào món salad gà hoặc trứng hoặc cơm, hoặc dùng để làm món cà ri thịt hoặc rau.

10.   Hỗn hợp Fajita

Thành phần

- 4 thìa ớt bột
- 2 thìa thì là xay
- 2 thìa cà phê lá oregano xay
- 2 thìa cà phê muối tỏi

Hướng

a) Trộn đều và bảo quản trong hộp kín.

b) Rắc lên thịt fajita hoặc khuấy vào bánh mì thịt hoặc bánh mì kẹp thịt để có vị cay.

11. Gia Vị Hải Sản

Thành phần

- 2 thìa hạt tiêu
- 2 thìa muối cần tây
- 2 muỗng canh mù tạt xay
- 1 muỗng canh gừng xay
- 1 muỗng canh ớt bột
- 3/4 muỗng cà phê ớt cayenne

Hướng

a) Trộn đều và bảo quản trong hộp kín.
b) Thêm vào món salad hải sản và món súp, hoặc rắc lên phi lê cá.

12. bó gà

Thành phần

- 1 lá nguyệt quế
- 1 thìa tarragon
- 1 muỗng canh mùi tây
- 1 thìa cà phê hương thảo
- 1 thìa cà phê húng tây

Hướng

a) Trộn đều và bảo quản trong hộp kín.

13.   Bó thịt bò

Thành phần

- 1 muỗng cà phê hạt tiêu đen
- 2 củ đinh hương
- 1 lá nguyệt quế gãy
- 2 thìa cà phê húng tây
- 2 thìa cà phê kinh giới
- 2 thìa cà phê mặn
- 1 muỗng canh mùi tây
- 1/2 muỗng cà phê lá yêu nghiền nát

Hướng

a) Trộn đều và bảo quản trong hộp kín.

14. bó cá

Thành phần

- 1 lá nguyệt quế
- 2 hạt tiêu đen
- 1 thìa cà phê húng tây
- 1 thìa cà phê cỏ thì là
- 1 muỗng cà phê lá yêu nghiền nát
- 1 muỗng canh mùi tây

Hướng

a) Trộn đều và bảo quản trong hộp kín.

NƯỚC ÉP THẢO DƯỢC VÀ sinh tố

15. Sinh tố dâu và macadamia

Làm 4 phần ăn

Thành phần

- 1/2 quả vani
- 50g (1 3/4oz) hạt mắc ca thô
- cùi của 1 quả dừa non cỡ vừa
- 250g (9oz) dâu tươi
- một ít nước cốt dừa (tùy chọn)

Hướng

a) Dùng dao sắc rạch đôi quả vani rồi cạo bỏ hạt.

b) Đặt các loại hạt và cùi dừa vào máy xay sinh tố hoặc máy chế biến thực phẩm.

c) Thêm dâu tây và hạt vani. Xay tất cả nguyên liệu để tạo thành hỗn hợp mịn mượt. Nếu sinh tố có vẻ quá đặc, hãy thêm đủ nước cốt dừa để tạo kết cấu tốt hơn. Rót vào 4 ly và dùng.

16. Sinh tố kỷ tử và hạt thông

Làm 2 phần ăn

Thành phần

- 50g (1 3/4oz) hạnh nhân
- 50g (1 3/4oz) quả kỷ tử
- 20g (3/4oz) hạt thông
- 1 muỗng cà phê dầu hạt lanh
- 2-3 lá bạc hà tươi 350-400ml (12-14fl oz.) nước khoáng

Hướng

a) Cho tất cả nguyên liệu vào máy xay sinh tố hoặc máy chế biến thực phẩm và trộn với nước khoáng để tạo thành hỗn hợp mịn mượt.

b) Nếu độ đặc hơi đặc, hãy thêm một chút nước và trộn.

17. Sinh tố tăng cường nho đen

Làm 2 phần ăn

Thành phần

- 50g (1 3/4 oz) nho đen tươi (hoặc dùng khô và ngâm trước)
- 50g (1 3/4 oz) lúa mạch rang
- 4 muỗng cà phê xi-rô cây thùa
- 4 muỗng cà phê dầu dừa
- 250ml (9fl oz.) sữa gạo
- Một ít nước khoáng

Hướng

a) Cho tất cả nguyên liệu trừ nước khoáng vào máy xay sinh tố hoặc máy chế biến thực phẩm và xay cho đến khi mịn.

b) Thêm đủ nước khoáng để đảm bảo sinh tố có độ đặc dễ uống.

18. Sinh tố anh đào chua và cacao nguyên chất

Làm 2 phần ăn

Thành phần

- 50g (13/4oz) quả anh đào chua, bỏ hạt nếu còn tươi hoặc khô

- 300ml (10fl oz.) gạo hoặc sữa hạnh nhân 4 thìa cà phê bột ca cao thô hoặc thông thường 4 thìa cà phê hạt gai dầu, đã bóc vỏ 4 thìa cà phê dầu hạt lanh

Hướng

a) Nếu sử dụng quả anh đào chua khô, hãy ngâm chúng trong vài giờ trong 150ml (5fl oz.) nước khoáng.

b) Trộn một nửa số gạo hoặc sữa hạnh nhân với các nguyên liệu còn lại trong máy xay sinh tố hoặc máy xay thực phẩm và xay thành một hỗn hợp mịn, mượt, có thể rót được. Thêm phần sữa còn lại theo từng giai đoạn cho đến khi sinh tố có kết cấu như ý thích của bạn.

19. Sinh tố hạnh nhân và hoa hồng

Làm 2 phần ăn

Thành phần

- 50g (1 3/4 oz) hạnh nhân
- 300-400ml (10-14fl oz.) nước khoáng 2 1/2 muỗng canh xi-rô hoa hồng
- 4 muỗng cà phê dầu hạnh nhân
- 1 giọt tinh dầu hoa hồng (tùy chọn)
- 8 cánh hoa hồng gấm hoa (tùy chọn)

Hướng

a) Kết hợp một nửa nước khoáng với các thành phần còn lại trong máy xay sinh tố hoặc máy chế biến thực phẩm và xay thành hỗn hợp mịn, mượt, có thể rót được.

b) Thêm phần nước còn lại theo từng giai đoạn cho đến khi sinh tố có kết cấu như ý thích của bạn.

20. Sinh tố quả hồ trăn và bơ

Làm 2 phần ăn

Thành phần

- 50g (1 3/4oz) quả hồ trăn (cộng thêm một ít để trang trí)
- 1 quả bơ nhỏ, bỏ hạt, gọt vỏ và cắt làm tư
- 1 muỗng cà phê dầu hạt cây gai dầu
- 2 muỗng cà phê dầu hạt lanh
- nước cốt của 1/2 quả chanh
- nước ép tươi của 6 cọng cần tây
- hạt tiêu đen mới xay để nếm một chút muối
- 3-4 lá húng quế tươi
- một ít nước khoáng

Hướng

a) Cho tất cả nguyên liệu trừ nước khoáng vào máy xay sinh tố hoặc máy chế biến thực phẩm và xay cho đến khi mịn. Thêm đủ nước khoáng để đảm bảo sinh tố có độ đặc có thể rót được.

b) Phục vụ trong ly, rắc quả hồ trăn thái nhỏ lên trên.

21.   Sinh tố Maca và xoài

Làm 2 phần ăn

Thành phần

- 2 quả xoài chín lớn
- 2 thìa cà phê bột rễ cây maca
- 2 thìa cà phê hạt gai dầu, đã bóc vỏ
- 2 muỗng cà phê dầu dừa
- nước ép của 1 quả chanh
- 4 lá bạc hà tươi
- một ít nước khoáng (tùy chọn)

Hướng

a) Cho tất cả nguyên liệu vào máy xay sinh tố hoặc máy chế biến thực phẩm và xay thành hỗn hợp mịn, mượt.

b) Pha loãng với nước khoáng theo ý muốn nếu cần thiết.

22. Sinh tố mận và thì là

Làm 2 phần ăn

Thành phần

- 9-10 quả mận lớn có vỏ màu xanh đậm
- 1/2 muỗng cà phê hạt thì là
- 2 muỗng canh hạt lanh, ngâm
- 2 muỗng canh hạt gai dầu đã bóc vỏ, ngâm

Hướng

a) Hầm mận trước: cho vào nồi với 250ml (9fl oz.) nước khoáng, thêm hạt thì là vào rồi đun sôi, đậy nắp lại và đun ở lửa nhỏ trong 10-12 phút. mát mẻ.

b) Chuyển sang máy xay sinh tố hoặc máy chế biến thực phẩm, thêm các hạt còn lại (hoặc dầu, nếu sử dụng) và trộn thành hỗn hợp mịn.

23. Sinh tố dâu quyền lực

Làm 2 phần ăn

Thành phần

- 2 thìa quả mâm xôi tươi
- 2 muỗng canh quả mâm xôi tươi
- 2 muỗng canh quả việt quất tươi
- 2 muỗng canh nho đen tươi
- 2 thìa cà phê bột quả acai
- 800ml nước sả pha lạnh
- một ít nước khoáng (tùy chọn)
- một chút xi-rô cây phong hoặc một nhúm bột stevia (tùy chọn)

Hướng

a) Cho quả mọng tươi và bột quả acai vào máy xay sinh tố hoặc máy chế biến thực phẩm, thêm nước cốt sả vào và xay thành hỗn hợp mịn, mượt.

b) Nếu cần, hãy thêm một ít nước khoáng để đạt được độ đặc mà bạn thích.

24.   Niềm vui của kẻ lang thang đầu thu

Làm 2 phần ăn

Thành phần

- 31/2 quả táo, gọt vỏ, bỏ lõi và cắt nhỏ
- 1/3 quả lê gọt vỏ, bỏ lõi và cắt nhỏ
- 12 quả cơm cháy chín, rửa sạch, bỏ hết cuống
- 20 quả mâm xôi chín, rửa sạch

Hướng

a) Cho tất cả nguyên liệu vào máy xay hoặc máy xay thực phẩm và xay cho đến khi mịn.

b) Chia thành hai ly và đổ xi-rô cơm cháy và hoa cơm cháy lên trên để tăng cường hàm lượng kháng vi-rút trong sinh tố.

25. Nước ép rau xanh sân vườn

Làm 2 phần ăn

Thành phần

- 2 nắm lá cải xoăn
- 2 lá củ cải Thụy Sĩ
- 1 nắm lớn lá rau bina
- 1/2 quả dưa chuột
- 1 quả bí xanh nhỏ
- 3 cọng cần tây
- 2 lá bồ công anh (lớn)
- 2 nhánh kinh giới tươi
- một chút nước cốt chanh (tùy chọn)

Hướng

a) Rửa và ép tất cả các loại rau và thảo mộc rồi trộn kỹ. Thêm nước cốt chanh để nếm thử nếu bạn muốn hoặc,

b) nếu bạn thích hương chanh mạnh hơn, hãy thêm 1/8 quả chanh (tốt nhất là hữu cơ) và trộn đều cho đến khi hòa quyện.

26.   Nước ép ớt đỏ và hạt nảy mầm

Làm 2 phần ăn

Thành phần

- 1 quả ớt đỏ, bỏ hạt và cắt thành từng phần tư
- 20g (3/4oz) hạt cỏ linh lăng nảy mầm
- 20g (3/4oz) hạt cỏ ba lá đỏ đã nảy mầm
- 10g (1/4oz) hạt bông cải xanh nảy mầm
- 1/2 quả dưa chuột
- 2-3 lá bạc hà tươi
- 1/2 quả ớt đỏ tươi nhỏ, bỏ hạt

Hướng

a) Nước ép tất cả các thành phần và trộn kỹ.

27. Nước ép gừng và thì là

Làm 2 phần ăn

Thành phần

- 1 củ thì là lớn

- Củ gừng tươi 1cm (1/2in), gọt vỏ

- 2 nhánh cần tây

- 1/2 quả dưa chuột nhỏ

- 1/2 bí xanh nhỏ

- 1 nhánh húng quế tươi

Hướng

a) Ép tất cả nguyên liệu, trộn đều và uống ngay.

28. Nước ép mầm thì là và bông cải xanh

Làm 2 phần ăn

Thành phần

- 1 củ thì là lớn
- 45g (1 1/2oz) hạt bông cải xanh nảy mầm
- 45g (1 1/2oz) hạt cỏ linh lăng nảy mầm
- 1 củ cà rốt lớn
- 2 cọng cần tây
- 2-3 lá bạc hà tươi một chút nước cốt chanh

Hướng

a) Ép tất cả các nguyên liệu, thêm nước cốt chanh cho vừa ăn và trộn đều.

29. Rau kiều mạch và nước ép đậu Hà Lan

Làm 2 phần ăn

Thành phần

- 2 thìa canh kiều mạch non, thái nhỏ
- 4 thìa canh măng tươi
- 2 quả bí
- 1 quả dưa chuột
- 2 muỗng canh lá kinh giới tươi
- một chút nước cốt chanh
- 200ml (7fl oz.) nước khoáng

Hướng

a) Ép tất cả nguyên liệu, thêm nước khoáng và nước cốt chanh cho vừa ăn rồi trộn đều.

30. Nước ép salsa cà chua

Làm 2 phần ăn

Thành phần

- 5 quả cà chua chín
- 1/2 quả dưa chuột
- 1 tép tỏi nhỏ
- 1/2 quả ớt đỏ tươi, bỏ hạt
- 1 nhánh lá húng quế tươi
- 2 cọng cần tây
- 1 muỗng cà phê dầu ô liu nguyên chất
- muối để nếm
- 1 quả ớt đỏ, bỏ hạt

Hướng

a) Ép tất cả các loại rau và thảo mộc, thêm dầu ô liu, nêm nếm với một chút muối nếu bạn muốn và trộn đều.

b) Nếu bạn thích nước ép của mình có màu đỏ, hãy thêm 1 quả ớt đỏ đã bỏ hạt vào rau và thảo mộc khi ép chúng.

31. Nước ép lá atisô và thì là

Làm 2 phần ăn

Thành phần

- 1 muỗng cà phê lá atisô, thái nhỏ
- 1 củ thì là vừa
- 4 lá bồ công anh tươi
- 4 cọng cần tây
- 1/2 bí xanh

Hướng

a) Ép tất cả các thành phần, trộn kỹ và uống.

b) Nếu bạn thấy nước ép quá đắng, hãy pha loãng với một ít nước khoáng cho đến khi có vị ngon miệng.

32. Nước ép hướng dương và cỏ lúa mì

Làm 2 phần ăn

Thành phần

- 100g (3 1/2oz) rau xanh hướng dương
- 100g (3 1/2oz) lưỡi cỏ lúa mì
- 300ml (10fl oz.) nước khoáng trở lên

Hướng

a) Ép nước ép rau hướng dương và cỏ lúa mì, trộn đều và thêm đủ nước khoáng để làm loãng hương vị của nước ép và mang lại hương vị ngon miệng.

TRÀ THẢO MỘC

33. Trà chanh và hoa hồng

Làm 2-3 phần ăn

Thành phần

- 16 lá chanh tươi (có thể dùng phần ngọn hoa mềm) hoặc 1 thìa canh dầu chanh khô
- 2 bông hoa hồng đã bỏ cánh hoa hoặc 2 thìa cánh hoa hồng khô

Hướng

a) Cho lá chanh tươi và cánh hoa hồng vào ấm trà lớn, nếu dùng chanh khô và cánh hoa hồng thì cho vào ấm trà.

b) Đun sôi 500ml (16fl oz.) nước, để nguội trong 5 phút, sau đó đổ vào ấm trà. Để ngấm trong 5 phút rồi dùng. Có thể thêm nước sau nếu cần để ngấm lại lá và hoa hồng cánh hoa.

34. Trà lài sả

Làm 2 phần ăn

Thành phần

- 1 nhánh sả, cắt nhỏ
- 1 muỗng canh hoa nhài
- một chút nước cốt chanh

Hướng

a) Cho sả cắt nhỏ vào ấm trà và thêm hoa nhài vào.

b) Pha loãng 200ml (7fl oz.) nước đun sôi với 100ml (3/2fl oz.) nước lạnh sao cho nhiệt độ của nước nóng xấp xỉ 70°C (158°F).

c) Đổ nước vào ấm, để trà dậy mùi thơm rồi thưởng thức, khi trời nóng trà có thể uống lạnh.

35.   Trà kỷ tử và damiana

Làm 2 phần ăn

Thành phần

- 1 muỗng canh quả goji, tươi hoặc khô
- 1 thìa cà phê damiana (Tunera diffusa)
- 1/2 thìa cà phê bột rễ cam thảo

Hướng

a) Cho tất cả nguyên liệu vào ấm trà, đổ 300ml (10fl oz.) nước sôi, để yên trong 10-15 phút rồi dùng. Nước pha cũng có thể để nguội và dùng như đồ uống lạnh.

36. Trà tầm xuân và việt quất

Làm 2 phần ăn

Thành phần

- 1 muỗng canh vỏ tầm xuân tươi hoặc khô
- 1 muỗng canh quả việt quất, tươi hoặc khô
- 1 muỗng cà phê vỏ cam
- 1 muỗng cà phê quả goji, tươi hoặc khô

Hướng

a) Đặt tất cả nguyên liệu vào ấm trà và đổ 300ml (10fl oz.) nước sôi vào.

b) Để ngấm trong 10-15 phút, lọc và phục vụ.

37. Trà hoa cúc và hoa cơm cháy

Làm 2 phần ăn

Thành phần

- 1/2 muỗng canh hoa cúc
- 1/2 muỗng canh hoa cơm cháy
- 1/2 muỗng canh bạc hà
- 1/2 muỗng canh lá tầm ma

Hướng

a) Đặt tất cả nguyên liệu vào ấm trà, đổ 300ml (10fl oz.) nước sôi, để ngấm và thưởng thức.

b) Uống 3-4 cốc mỗi ngày trong mùa sốt cỏ khô.

38.   trà hoa cúc và thì là

Làm 3 phần ăn

Thành phần

- 1 thìa cà phê hoa cúc
- 1 muỗng cà phê hạt thì là
- 1 thìa cà phê meadowsweet
- 1 muỗng cà phê rễ marshmallow, thái nhỏ
- 1 thìa cà phê yarrow

Hướng

a) Đặt các loại thảo mộc vào một ấm trà lớn.

b) Đun sôi 500ml (16fl oz.) nước sôi, cho vào ấm trà, để ngấm trong 5 phút và thưởng thức.

c) Uống 1 cốc dịch truyền 2-3 lần một ngày.

39. Trà bồ công anh và ngưu bàng

Làm 3-4 phần ăn

Thành phần

- 1 muỗng cà phê lá bồ công anh
- 1 muỗng cà phê lá ngưu bàng
- 1 thìa cà phê rau thơm
- 1 thìa cà phê hoa cỏ ba lá đỏ

Hướng

a) Cho tất cả nguyên liệu vào ấm trà, đổ vào 500ml (16fl oz.) nước sôi, để ngấm trong 10-15 phút rồi dùng. Uống nóng hoặc lạnh trong ngày.

40. Trà cỏ thi và hoa cúc kim tiền

Làm 3-4 phần ăn

Thành phần

- 1 thìa cà phê yarrow
- 1 thìa cà phê hoa cúc vạn thọ
- 1 thìa cà phê áo choàng nữ
- 1 thìa cà phê cỏ roi ngựa
- 1 muỗng cà phê lá mâm xôi

Hướng

a) Cho tất cả nguyên liệu vào ấm trà, đổ vào 500ml (16fl oz.) nước sôi, để ngấm trong 10-15 phút rồi dùng. Uống nóng hoặc lạnh trong ngày.

b) Uống 2-4 cốc khi bắt đầu thấy đau và đánh giá lại với chuyên gia y tế nếu cơn đau vẫn tiếp diễn.

41. Trà đầu lâu và hoa cam

Làm 3-4 phần ăn

Thành phần

- 1 thìa cà phê mũ sọ
- 1 thìa cà phê hoa cam
- 1 thìa cà phê St. John's wort
- 1 thìa cà phê trầu gỗ
- 1 muỗng cà phê dầu chanh

Hướng

a) Cho tất cả nguyên liệu vào ấm trà, đổ vào 500ml (16fl oz.) nước sôi, để ngấm trong 10-15 phút và thưởng thức.

b) Uống nóng hoặc lạnh trong ngày.

42. Trà mâm xôi và dâu rừng

Làm 3-4 phần ăn

Thành phần

- 2 thìa cà phê lá dâu đen
- 1 muỗng cà phê lá dâu dại
- 1 muỗng cà phê lá mâm xôi
- 1 muỗng cà phê lá lý chua đen

Hướng

a) Cho tất cả nguyên liệu vào ấm trà, đổ vào 500ml (16fl oz.) nước sôi, để ngấm trong 10-15 phút và thưởng thức.

b) Uống nóng hoặc lạnh trong ngày.

43. Truyền bạc hà và calendula

Làm 4 phần ăn

Thành phần

- 1 muỗng cà phê lá bạc hà
- 1 thìa cà phê hoa cúc vạn thọ
- 1 thìa cà phê ngải cứu
- 1 thìa cà phê cỏ roi ngựa
- xi-rô cánh hoa hồng để làm ngọt

Hướng

a) Cho tất cả các loại thảo mộc vào một ấm trà lớn.

b) Đun sôi 600ml (1 pint) nước sôi, đổ các loại thảo mộc vào. Để ngấm trong 20 phút, sau đó lọc chất lỏng qua lưới lọc trà vào bình sạch. Uống 1 cốc dịch truyền 2-3 lần một ngày. nóng hoặc ở nhiệt độ phòng.

44. **Trà hoa táo gai và hoa oải hương**

Làm 3-4 phần ăn

Thành phần

- 1 thìa cà phê hoa táo gai
- 1 thìa cà phê hoa oải hương
- 1 muỗng cà phê nụ hoa hồng
- 1 thìa cà phê hoa cam
- 1 thìa cà phê hoa nhài

Hướng

a) Cho tất cả nguyên liệu vào ấm trà, đổ vào 500ml (16fl oz.) nước sôi, để ngấm trong 10-15 phút và thưởng thức.

b) Uống nóng hoặc lạnh suốt cả ngày.

45. Trà tầm ma và dao

Làm 2 phần ăn

Thành phần

- 2 thìa cà phê lá tầm ma
- 2 thìa cà phê dao

Hướng

a) Đặt các nguyên liệu vào ấm trà, đổ vào 300ml (10fl oz.) nước sôi, để ngấm trong 10-15 phút và thưởng thức.

b) Uống nóng hoặc lạnh suốt cả ngày.

46. Trà Mullein và kẹo dẻo

Làm 2 phần ăn

Thành phần

- 1 thìa cà phê lá mullein
- 1 muỗng cà phê lá marshmallow
- 1 thìa cà phê chuối sườn

Hướng

a) Đặt tất cả các nguyên liệu vào ấm trà, đổ vào 300ml (10fl oz.) nước sôi, để ngấm trong 10-15 phút và thưởng thức.

b) Uống nóng hoặc lạnh suốt cả ngày.

47.   Trà cỏ đuôi ngựa và ngô

Làm 5-6 phần ăn

Thành phần

- 2 thìa cà phê cỏ đuôi ngựa
- 2 thìa cà phê tơ ngô
- 2 thìa cà phê lá bồ công anh
- 2 thìa cà phê dao
- 2 thìa cà phê lá mã đề

Hướng

a) Cho tất cả nguyên liệu vào ấm trà, đổ vào 600ml (1 pint) nước sôi, để ngấm trong 10-15 phút và thưởng thức.

b) Uống nóng hoặc lạnh suốt cả ngày.

48.   Trà đá thảo dược hoa quả

Năng suất: 1 khẩu phần

Nguyên liệu

- 1 túi trà chanh dây Tazo

- 1 lít nước

- 2 cốc nước cam tươi

- Bánh xe màu cam

- Lá bạc hà

Hướng:

a) Nhúng túi trà vào 1 lít nước sôi và ngâm trong 5 phút.

b) Lấy túi trà ra. Đổ trà vào bình 1 gallon chứa đầy đá. Sau khi đá tan, đổ đầy nước vào chỗ trống còn lại trong bình.

c) Đổ một nửa cốc trà đã pha và một nửa nước cam vào bình lắc cocktail. Lắc đều và lọc vào ly thủy tinh chứa đầy đá. Trang trí bằng bánh cam và lá bạc hà.

Năng suất: 1 khẩu phần

Nguyên liệu

- Túi hoa chanh khô
- Nước sôi

Hướng:

a) Đơn giản chỉ cần đặt hoa khô, một nắm nhỏ cho vào ấm trà cỡ trung bình, cho vào nồi. Đổ nước sôi vào và khuấy đều rồi thưởng thức.

b) Không để ngâm lâu hơn bốn phút vì hương vị sẽ bị mất.

49. Trà thảo dược mâm xôi

Năng suất: 8 phần ăn

Nguyên liệu

- 2 túi trà mâm xôi cỡ gia đình
- 2 túi trà dâu đen
- 2 túi trà nho đen
- 1 chai rượu táo có ga
- ½ cốc nước ép cô đặc
- ½ cốc nước cam
- ½ cốc đường

Hướng:

a) Đặt tất cả các Thành phần vào một bình lớn. Hãy thư giãn. Chúng tôi phục vụ món của mình với đá viên hoa quả.

b) Dự trữ đủ nước trái cây để đổ đầy khay đá viên và chúng tôi đặt những lát dâu tây và quả việt quất vào mỗi khối.

50. Trà bạch đậu khấu

Năng suất: 1 khẩu phần

Nguyên liệu

- 15 nước hạt bạch đậu khấu
- ½ cốc sữa
- 2 giọt Vani (đến 3 giọt)
- Em yêu

Hướng:

a) Đối với chứng khó tiêu, trộn 15 hạt nghiền thành bột với ½ cốc nước nóng, thêm 1 ounce củ gừng tươi và một thanh quế.

b) Đun nhỏ lửa trong 15 phút trên lửa nhỏ. Thêm ½ cốc sữa và đun nhỏ lửa thêm 10 phút. Thêm 2 đến 3 giọt vani. Làm ngọt bằng mật ong. Uống 1 đến 2 cốc mỗi ngày.

51. Trà Sassafras

PHỤC VỤ: 10

Thành phần

- 4 rễ cây xá xị
- 2 lít nước
- Đường hoặc Mật ong

Hướng:

a) Rửa sạch rễ và cắt bỏ cây con ở những nơi còn xanh và ở phần cuối của rễ.

b) Đun sôi nước rồi cho rễ vào.

c) Đun nhỏ lửa cho đến khi nước có màu đỏ nâu đậm (càng đậm thì càng mạnh - tôi thích nước của tôi mạnh).

d) Lọc vào bình qua dây và bộ lọc cà phê nếu bạn không muốn có cặn.

e) Thêm mật ong hoặc đường cho vừa ăn.

f) Dùng nóng hoặc lạnh với chanh và một nhánh bạc hà.

52. Trà chùm ngây

Khẩu phần: 2

Thành phần _

- 800ml nước
- 5-6 lá bạc hà xé nhỏ
- 1 muỗng cà phê hạt thì là
- 2 thìa cà phê bột Moringa
- 1 muỗng canh nước cốt chanh/chanh
- 1 muỗng cà phê Mật ong hữu cơ làm chất ngọt

Hướng:

a) Đun sôi 4 cốc nước.

b) Thêm 5-6 lá bạc hà và 1 thìa cà phê hạt thì là/jeera.

c) Đun sôi cho đến khi lượng nước còn lại một nửa.

d) Khi nước giảm còn một nửa thì cho thêm 2 thìa cà phê bột chùm ngây.

e) Chỉnh lửa lớn, khi sủi bọt và nổi lên thì tắt bếp.

f) Đậy nắp và để yên trong 4-5 phút.

g) Sau 5 phút, lọc trà vào cốc.

h) Thêm mật ong hữu cơ để nếm và vắt vào nước cốt chanh tươi.

53. Trà sâm

Thành phần

- 6 lá xô thơm tươi, còn lại trên thân
- Nước sôi
- Mật ong (hoặc xi-rô cây thùa cho người ăn chay)
- 1 quả chanh

Hướng

a) Đun sôi nước.

b) Rửa sạch cây xô thơm.

c) Đặt cây xô thơm vào cốc, đổ nước sôi vào và ngâm trong 5 phút.

d) Lấy cây xô thơm ra, thêm một chút mật ong và vắt chanh vào.

CORDIALES VÀ SIRUPS

54. Nước ép dâu đen và chanh

Tạo ra 500ml (16fl oz.)

Thành phần

- 1kg (21/4lb) nước ép quả mâm xôi tươi của 4 quả chanh
- 350g (12oz) đường bột

Hướng

a) Ở nhiệt độ thấp, đun sôi quả mâm xôi và nước cốt chanh trong 600ml (1 pint) nước trong nồi trong khoảng 15 phút.

b) Để nguội khoảng 10 phút, sau đó lọc hỗn hợp qua rây, loại bỏ bã và hột. Đổ nước ép đã lọc vào nồi sạch, thêm đường. Khuấy trên lửa nhỏ cho đến khi đường tan, sau đó đun nhỏ lửa khoảng 5 phút cho đến khi hỗn hợp có dạng siro.

c) Đổ vào chai khử trùng, đậy kín, để lạnh và sử dụng trong vòng vài ngày. Pha loãng theo khẩu vị với nước khoáng có ga hoặc nước khoáng và bạc hà tươi hoặc lát chanh để làm đồ uống giải khát.

55. Nước ép cơm cháy và hoa cơm cháy

Tạo ra 500ml (16fl oz.)

Thành phần

- 50g (1 3/4oz) hoa cơm cháy tươi hoặc khô
- 100g (3 1/2oz) quả cơm cháy
- 1 thanh quế nhỏ
- 1 thìa cà phê hồi
- 1 muỗng canh củ gừng tươi, bào sợi
- 400g (14oz) đường
- nước cốt của 1/2 quả chanh

Hướng

a) Cho tất cả nguyên liệu trừ đường và nước cốt chanh vào nồi, thêm 1 lít (1 3/4 pint) nước, đậy nắp và đun trên lửa nhỏ trong 25-30 phút.

b) Lọc chất lỏng vào bình đo lường. Gạn 600ml (1 pint) vào nồi và thêm đường. (Phần chất lỏng dư thừa có thể uống như trà.)

c) Khuấy nhẹ trên lửa nhỏ cho đường tan, khi đường tan hết thì cho nước cốt chanh vào đun nhỏ lửa thêm khoảng 10-15 phút nữa, đậy nắp, sau đó đun sôi khoảng 2-3 phút thì vớt ra. nhiệt.

d) Đổ vào chai thủy tinh đã tiệt trùng khi còn nóng, đậy kín, dán nhãn danh sách thành phần và ngày tháng, bảo quản trong tủ lạnh và sử dụng trong vòng 3-4 tuần.

e) Thêm một thìa canh rượu vào cốc nước lạnh hoặc nóng, hoặc rưới lên bánh kếp hoặc ngũ cốc ăn sáng.

56. Mật ong tím và gừng ngọt ngào

Tạo ra 400-500g (14oz-1lb 2oz)

Thành phần

- 20g (3/4oz) lá và hoa tím tươi (hoặc dùng viola, hoặc heartease, nếu không có)
- 30g (1oz) củ gừng tươi
- 20g (3/4oz) lá chuối tươi
- 30g (1oz) lá houttuynia tươi
- 500g (1lb 2oz) mật ong

Hướng

a) Cẩn thận thu hoạch lá và hoa tươi, rửa sạch và phơi khô.

b) Cắt nhỏ, cho vào lọ sạch, đổ mật ong vào, trộn đều để các loại thảo mộc ngấm đều, thêm mật ong nếu cần.

c) Để ở nơi ấm áp, chẳng hạn như tủ thoáng khí, trong 5 ngày, sau đó lọc mật ong qua một miếng vải mỏng sạch và gạn vào lọ khử trùng nhỏ hơn.

d) 4 Đậy kín lọ, dán nhãn liệt kê tất cả các thành phần và ghi ngày tháng.

57. Nước cốt chanh và mật ong

Tạo ra 125g (4 1/2oz)

Thành phần

- 20g (3/4oz) lá chanh tươi
- 100g (3 1/2oz) mật ong
- Nước ép 1/2 quả chanh

Hướng

a) Cho lá vào máy xay sinh tố hoặc máy xay thực phẩm, thêm mật ong và nước cốt chanh rồi xay cho đến khi thu được hỗn hợp nhuyễn màu xanh mịn.2 Pha loãng với nước và uống.

b) Bột nhuyễn sẽ để được trong một hoặc hai tuần nếu được bảo quản trong tủ lạnh.

58. Xi-rô tầm xuân

Tạo ra 700ml (1 1/4 pint)

Thành phần

- 500g (1lb 2oz) tầm xuân tươi
- 400g (14oz) đường

Hướng

a) Cắt đôi quả, dùng thìa nhỏ múc hạt và lông, rửa hai nửa đã làm sạch dưới vòi nước chảy để loại bỏ thêm những sợi lông nhỏ trên quả.

b) Cho trái cây vào nồi, thêm 600ml (1 pint) nước rồi đun nhỏ lửa, không đậy nắp, ở lửa nhỏ trong 20-30 phút cho đến khi trái cây mềm và nước giảm nhẹ.

c) Lọc hỗn hợp và gạn chất lỏng vào nồi sạch. Loại bỏ trái cây. Thêm đường vào chất lỏng đã lọc và để cho đường tan trên lửa nhỏ, khuấy liên tục.

d) Khi đường đã tan hết, tăng lửa và đun sôi trong 2-3 phút, chắt xi-rô vào chai khử trùng.

59. Mullein và xi-rô hồi

Tạo ra 200ml (7fl oz.)

Thành phần

- 4 muỗng cà phê cồn lá mullein
- 4 muỗng cà phê cồn rễ marshmallow
- 1 muỗng canh cồn hồi
- 1 muỗng canh cồn húng tây
- 4 thìa cà phê cồn chuối
- 2 thìa cà phê cồn rễ cam thảo 100ml (3 1/2 fl oz.) mật ong manuka

Hướng

a) Trộn cồn thuốc và mật ong, trộn kỹ rồi đổ vào chai thủy tinh màu nâu đã khử trùng, đậy kín, dán nhãn ghi đầy đủ các thành phần và ghi ngày tháng.

b) Nó sẽ giữ được 3-4 tháng.

60. Xi-rô cánh hoa hồng

Tạo ra khoảng 500ml (16fl oz.)

Thành phần

- 225g (8oz) nước đường của 1 quả chanh, nước ép của 1 quả cam, lọc
- 100g (31/2oz) cánh hoa hồng khô hoặc
- 10 đầu hoa hồng tươi

Hướng

a) Hòa tan đường với 300ml (10fl oz.) nước trong nồi nhỏ trên lửa nhỏ và không để sôi vì sẽ làm hỗn hợp đục. Cho nước cốt chanh và cam đã lọc vào, vặn lửa nhỏ và đun sôi. đun nhỏ lửa ở nhiệt độ thấp trong 5 phút.

b) Trong 15 phút tiếp theo, thêm cánh hoa hồng, mỗi lần một muỗng canh và khuấy kỹ trước khi thêm nhiều hơn. Tắt bếp, để nguội và lọc. Đổ vào chai thủy tinh đã khử trùng, đậy kín và dán nhãn. Bảo quản trong tủ lạnh và sử dụng trong vòng 6 tuần.

61. Xi-rô anh đào chua

Làm 1 pint

Thành phần

- 400ml (14fl oz.) nước ép anh đào chua, mới ép
- 250g (9oz) đường

Hướng

a) Đổ nước ép vào nồi, thêm đường vào đun nhỏ lửa, hòa tan đường vào nước ép, khuấy liên tục rồi dun nhỏ lửa trong 20 phút ở lửa nhỏ.

b) Lọc xi-rô và chai vào chai thủy tinh tiệt trùng có nắp đậy kín, bảo quản trong tủ lạnh và sử dụng trong vòng vài tuần.

c) Uống pha loãng với nước khoáng lạnh hoặc nóng.

62. Xi-rô Echinacea và húng tây

Tạo ra 500ml (16fl oz.)

Thành phần

- 20g (¾oz) húng tây tươi
- 20g (¾oz) lá chuối tươi
- 20g (¾oz) rễ, thân và lá xanh của cây cúc dại tươi
- 10g (1/4oz) củ gừng tươi, bào sợi
- 10g (1/4oz) tỏi tươi, bóc vỏ và nghiền nát
- 10g (1/4oz) rễ cây elecampane tươi
- 1 quả ớt đỏ tươi, thái nhỏ
- 400ml (14fl oz.) vodka chất lượng tốt
- 100g (31/2oz) mật ong manuka

Hướng

a) Tất cả các nguyên liệu sau khi rửa sạch, để khô rồi thu hoạch thái nhỏ.

b) Cho tất cả nguyên liệu trừ mật ong và rượu vodka vào lọ thủy tinh lớn có nắp. Đổ rượu vodka vào, đậy nắp thật chặt và lắc vài lần. Dán nhãn thành phần và ngày tháng trên lọ. Đặt lọ trong bóng tối tủ và lắc ít nhất một lần một ngày trong 3 tuần.

c) Lọc lượng chứa trong lọ qua túi vải mỏng vào bình đo. Gạn mật ong manuka vào tô và nhẹ nhàng đổ cồn vào, dùng máy đánh trứng khuấy liên tục cho đến khi mật ong và cồn hòa quyện. Đổ xi-rô vào 500ml (16fl oz.) chai thủy tinh màu hổ phách có nắp và dán nhãn ghi thành phần cũng như ngày bắt đầu ban đầu.

d) Uống 1 thìa cà phê 2-3 lần một ngày hoặc tối đa 6 thìa cà phê mỗi ngày khi bắt đầu bị cảm lạnh. Xi-rô này có thể giữ được đến 9 tháng.

Cồn THẢO DƯỢC

63. Thuốc bạc hà và húng tây

Tạo ra 500ml (16fl oz.)

Hướng

a) Cho tất cả nguyên liệu trừ rượu vodka vào lọ lớn.

b) Đổ rượu vodka vào, khuấy đều và đảm bảo tất cả nguyên liệu đều được ngâm kỹ. Đậy kín lọ và đặt vào tủ tối. Lắc đều lọ mỗi ngày trong 3 tuần.

c) Mở lọ và lọc các nguyên liệu qua rây có lót vải muslin vào một cái bát nông. Loại bỏ các nguyên liệu trong muslin và đổ chất lỏng vào chai thủy tinh màu hổ phách. Dán nhãn chai cồn thuốc với tên của tất cả các thành phần và ngày tháng. Lấy Pha 1 thìa cà phê vào cốc nước ấm hoặc lạnh, uống trước hoặc sau bữa ăn.

64. Rượu cơm cháy và cam thảo

Tạo ra 300-350ml (10-12fl oz.)

Thành phần

- 25g (ít 1oz) quả cơm cháy
- 25g (ít 1oz) rễ echinacea
- 10g (1/4oz) rễ cam thảo
- 10g (1/4oz) củ gừng tươi, bào sợi
- 10g (1/4oz) thanh quế, bẻ thành từng miếng nhỏ
- 20g (3/4oz) bạc hà
- 400ml (14fl oz.) vodka chất lượng tốt

Hướng

a) Đảm bảo rằng tất cả nguyên liệu khô đều được thái nhỏ nhưng không thành bột.

b) Cho tất cả nguyên liệu trừ rượu vodka vào lọ thủy tinh lớn có nắp đậy kín, đổ rượu vodka vào, đậy nắp thật chặt và lắc vài lần.

c) Dán nhãn lọ với tất cả các thành phần và ngày tháng. Đặt lọ vào tủ tối và lắc ít nhất một lần mỗi ngày trong 3 tuần.

d) Lọc lượng chứa trong lọ qua túi vải mỏng vào bình đo lường và đổ cồn vào chai thủy tinh màu hổ phách tiệt trùng có kích thước thích hợp (350-400ml/12-14fl oz.).

e) Niêm phong chai.

f) Dán nhãn với tất cả các thành phần và ngày bắt đầu ban đầu. Bắt đầu bằng cách uống một vài giọt mỗi ngày và tăng dần lên 1 thìa cà phê 2-3 lần một ngày. Sử dụng trong vòng 6 tháng.

65. Cồn hoa chanh và táo gai

Tạo ra 300-350ml (10-12fl oz.)

Thành phần

- 20g (3/4oz) hoa chanh
- 20g (3/4oz) quả táo gai
- 20g (3/4oz) cỏ thi
- 20g (3/4oz) dầu chanh
- 20g (3/4oz) vỏ chuột rút
- 400ml (14fl oz.) vodka chất lượng tốt

Hướng

a) Đảm bảo rằng tất cả nguyên liệu khô đều được thái nhỏ nhưng không thành bột.

b) Cho tất cả nguyên liệu trừ rượu vodka vào lọ thủy tinh lớn có nắp đậy kín, đổ rượu vodka vào, đậy nắp thật chặt và lắc vài lần.

c) Dán nhãn lọ với tất cả các thành phần và ngày tháng. Đặt lọ vào tủ tối và lắc ít nhất một lần mỗi ngày trong 3 tuần.

d) Lọc lượng chứa trong lọ qua túi vải mỏng vào bình đong và đổ cồn vào chai thủy tinh màu hổ phách tiệt trùng có kích thước thích hợp (350-400ml/12-14fl oz.).

e) Dán nhãn với tất cả các thành phần và ngày bắt đầu ban đầu. Bắt đầu bằng cách uống một vài giọt mỗi ngày và tăng dần lên 1 thìa cà phê 2-3 lần một ngày. Sử dụng trong vòng 6 tháng.

66. Cồn hoa lạc tiên và hoa cúc

Tạo ra 300-350ml (10-12fl oz.)

Thành phần

- 20g (3/4oz) hoa hướng dương
- 20g (3/4oz) hoa cúc
- 20g (3/4oz) rễ cây nữ lang
- 30g (1oz) anh đào chua, tươi hoặc khô 400ml (14fl oz.) rượu vodka chất lượng tốt

Hướng

a) Đảm bảo rằng tất cả nguyên liệu khô đều được thái nhỏ nhưng không thành bột.

b) Cho tất cả nguyên liệu trừ rượu vodka vào lọ thủy tinh lớn có nắp đậy kín, đổ rượu vodka vào, đậy nắp thật chặt và lắc vài lần.

c) Dán nhãn lọ với tất cả các thành phần và ngày tháng. Đặt lọ vào tủ tối và lắc ít nhất một lần mỗi ngày trong 3 tuần.

d) Lọc lượng chứa trong lọ qua túi vải mỏng vào bình đo lường và đổ cồn vào chai thủy tinh màu hổ phách tiệt trùng có kích thước thích hợp (350-400ml/12-14fl oz.).

e) Niêm phong chai.

f) Dán nhãn tất cả các thành phần và ngày bắt đầu ban đầu. Bắt đầu bằng cách uống vài giọt mỗi ngày và tăng dần lên 1 thìa cà phê vào buổi chiều muộn và một thìa khác trước khi đi ngủ. Sử dụng trong vòng 6 tháng.

67. Rượu trinh bạch và đương quy

Tạo ra 300-350ml (10-12fl oz.)

Thành phần

- 20g (3/4oz) quả trinh nữ (còn gọi là agnus castus)
- 20g (3/4oz) bạch chỉ Trung Quốc (dang gui)
- 20g (3/4oz) cây mẹ
- 20g (3/4oz) vỏ rễ cây táo đen (Viburnum prunifolium)
- 20g (3/4oz) hoa cúc
- 400ml (14fl oz.) vodka chất lượng tốt

Hướng

a) Đảm bảo rằng tất cả nguyên liệu khô đều được thái nhỏ nhưng không thành bột.

b) Cho tất cả nguyên liệu trừ rượu vodka vào lọ thủy tinh lớn có nắp đậy kín, đổ rượu vodka vào, đậy nắp thật chặt và lắc vài lần.

c) Dán nhãn lọ với tất cả các thành phần và ngày tháng. Đặt lọ vào tủ tối và lắc ít nhất một lần mỗi ngày trong 3 tuần.

d) Lọc lượng chứa trong lọ qua túi vải mỏng vào bình đong và đổ cồn vào chai thủy tinh màu hổ phách tiệt trùng có kích thước thích hợp (350-400ml/12-14fl oz.).

e) Dán nhãn với tất cả các thành phần và ngày bắt đầu ban đầu. Bắt đầu bằng cách uống một vài giọt mỗi ngày và tăng dần lên 1 thìa cà phê 2-3 lần một ngày. Sử dụng trong vòng 6 tháng.

68.   Rượu Goji berry và nhân sâm Siberia

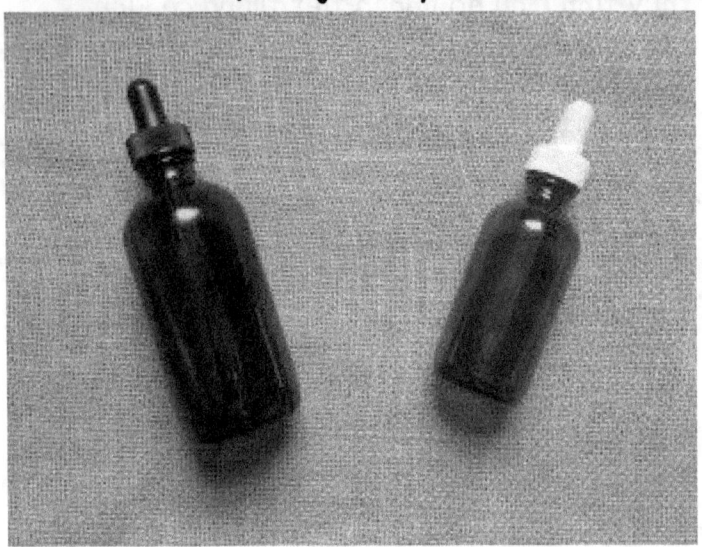

Tạo ra 300-350ml (10-12fl oz.)

Thành phần

- 25g (ít 1oz) quả goji
- 25g (ít 1oz) Nhân sâm Siberia
- 25g (ít 1oz) ngọn yến mạch hoặc yến mạch khô
- 20g (3/4oz) quả schisandra
- 5g (1/8oz) rễ cam thảo
- 400ml (14fl oz.) vodka chất lượng tốt

Hướng

a) Đảm bảo rằng tất cả nguyên liệu khô đều được thái nhỏ nhưng không thành bột.

b) Cho tất cả nguyên liệu trừ rượu vodka vào lọ thủy tinh lớn có nắp đậy kín, đổ rượu vodka vào, đậy nắp thật chặt và lắc vài lần.

c) Dán nhãn lọ với tất cả các thành phần và ngày tháng. Đặt lọ vào tủ tối và lắc ít nhất một lần mỗi ngày trong 3 tuần.

d) Lọc lượng chứa trong lọ qua túi vải mỏng vào bình đong và đổ cồn vào chai thủy tinh màu hổ phách tiệt trùng có kích thước thích hợp (350-400ml/12-14fl oz.).

e) Dán nhãn với tất cả các thành phần và ngày bắt đầu ban đầu. Bắt đầu bằng cách uống một vài giọt mỗi ngày và tăng dần lên 1 thìa cà phê 2-3 lần một ngày. Sử dụng trong vòng 6 tháng.

69. Cồn cỏ ba lá đỏ và dao phay

Tạo ra 300-350ml (10-12fl oz.)

Thành phần

- 15g (1/2oz) cỏ ba lá đỏ
- 15g (1/2oz) dao cắt
- 20g (3/4oz) viola (đau tim)
- 20g (3/4oz) lá tím (Violaodorata)
- 20g (3/4oz) rễ cây Mahonia (Mahonia aquifolium), thái nhỏ
- 20g (3/4oz) rau má
- 400ml (14fl oz.) vodka chất lượng tốt

Hướng

a) Đảm bảo rằng tất cả nguyên liệu khô đều được thái nhỏ nhưng không thành bột.

b) Cho tất cả nguyên liệu trừ rượu vodka vào lọ thủy tinh lớn có nắp đậy kín, đổ rượu vodka vào, đậy nắp thật chặt và lắc vài lần.

c) Dán nhãn lọ với tất cả các thành phần và ngày tháng. Đặt lọ vào tủ tối và lắc ít nhất một lần mỗi ngày trong 3 tuần.

d) Lọc lượng chứa trong lọ qua túi vải mỏng vào bình đong và đổ cồn vào chai thủy tinh màu hổ phách tiệt trùng có kích thước thích hợp (350-400ml/12-14fl oz.).

e) Dán nhãn với tất cả các thành phần và ngày bắt đầu ban đầu. Bắt đầu bằng cách uống một vài giọt mỗi ngày và tăng dần lên 1 thìa cà phê 2-3 lần một ngày. Sử dụng trong vòng 6 tháng.

70. Thuốc bảo vệ mùa đông Echinacea và cơm cháy

Cung cấp đủ 1 tháng

Thành phần

- 20g (3/4oz) củ gừng tươi
- 80g (23/4oz) rễ echinacea, tươi hoặc khô
- 20g (3/4oz) lá húng tây, tươi hoặc khô
- 2 tép tỏi (tùy chọn)
- 1 quả ớt tươi có hạt (tuỳ thích)
- 80g (23/4oz) quả cơm cháy, tươi hoặc khô
- 500ml (16fl oz.) vodka chất lượng tốt

Hướng

a) Cắt mỏng gừng tươi và rễ cúc dại, rút lá húng tây tươi ra khỏi thân và băm nhỏ tỏi và ớt (nếu dùng).

b) Nhẹ nhàng ép quả cơm cháy. Cho tất cả nguyên liệu vào một bình lớn có nắp đậy chắc chắn. Đổ rượu vodka vào, trộn kỹ và đảm bảo tất cả nguyên liệu đã được ngâm hoàn toàn.

c) Đậy kín nắp và đặt lọ vào tủ tối. Kiểm tra hàng ngày, lắc lọ vài lần. Sau 3 tuần, mở lọ, lọc nguyên liệu qua túi vải mỏng, thu chất lỏng vào chai thủy tinh màu hổ phách đã khử trùng , dán nhãn tên của tất cả các thành phần và ngày tháng.

71. Thuốc bồ công anh và cây ngưu bàng

Tạo ra 300-350ml (10-12fl oz.)

Thành phần

- 20g (3/4oz) rễ bồ công anh
- 20g (3/4oz) rễ cây ngưu bàng
- 20g (3/4oz) quả schisandra
- 10g (1/4oz) lá atisô
- 20g (3/4oz) cây kế sữa
- 10g (1/4oz) rễ cây khổ sâm
- 400ml (14fl oz.) vodka chất lượng tốt

Hướng

a) Đảm bảo rằng tất cả nguyên liệu khô đều được thái nhỏ nhưng không thành bột.

b) Cho tất cả nguyên liệu trừ rượu vodka vào lọ thủy tinh lớn có nắp đậy kín, đổ rượu vodka vào, đậy nắp thật chặt và lắc vài lần.

c) Dán nhãn lọ với tất cả các thành phần và ngày tháng. Đặt lọ vào tủ tối và lắc ít nhất một lần mỗi ngày trong 3 tuần.

d) Lọc lượng chứa trong lọ qua túi vải mỏng vào bình đo lường và đổ cồn vào chai thủy tinh màu hổ phách tiệt trùng có kích thước thích hợp (350-400ml/12-14fl oz.).

e) Niêm phong chai.

f) Dán nhãn với tất cả các thành phần và ngày bắt đầu ban đầu. Bắt đầu bằng cách uống một vài giọt mỗi ngày và tăng dần lên 1 thìa cà phê 2-3 lần một ngày. Sử dụng trong vòng 6 tháng.

72. Cồn chuột rút và cây nữ lang

Tạo ra 300-350ml (10-12fl oz.)

Thành phần

- 25g (ít 1oz) vỏ chuột rút
- 25g (ít 1oz) rễ cây nữ lang
- 20g (3/4oz) hoa hướng dương
- 20g (3/4oz) hoa cúc
- 400ml (14fl oz.) vodka chất lượng tốt

Hướng

a) Đảm bảo rằng tất cả nguyên liệu khô đều được thái nhỏ nhưng không thành bột.

b) Cho tất cả nguyên liệu trừ rượu vodka vào lọ thủy tinh lớn có nắp đậy kín, đổ rượu vodka vào, đậy nắp thật chặt và lắc vài lần.

c) Dán nhãn lọ với tất cả các thành phần và ngày tháng. Đặt lọ vào tủ tối và lắc ít nhất một lần mỗi ngày trong 3 tuần.

d) Lọc lượng chứa trong lọ qua túi vải mỏng vào bình đong và đổ cồn vào chai thủy tinh màu hổ phách tiệt trùng có kích thước thích hợp (350-400ml/12-14fl oz.).

e) Dán nhãn với tất cả các thành phần và ngày bắt đầu ban đầu. Bắt đầu bằng cách uống một vài giọt mỗi ngày và tăng dần lên 1 thìa cà phê 2-3 lần một ngày. Sử dụng trong vòng 6 tháng.

73. Cohosh đen và cồn xô thơm

Tạo ra 300-350ml (10-12fl oz.)

Thành phần

- 20g (3/4oz) rễ cohosh đen
- 15g (1/2oz) quả trinh nguyên
- 10g (1/4oz) cây xô thơm
- 20g (3/4oz) quả schisandra
- 15g (1/2oz) cây mẹ
- 20g (3/4oz) mũ sọ
- 400ml (14fl oz.) vodka chất lượng tốt

Hướng

a) Đảm bảo rằng tất cả nguyên liệu khô đều được thái nhỏ nhưng không thành bột.

b) Cho tất cả nguyên liệu trừ rượu vodka vào lọ thủy tinh lớn có nắp đậy kín, đổ rượu vodka vào, đậy nắp thật chặt và lắc vài lần.

c) Dán nhãn lọ với tất cả các thành phần và ngày tháng. Đặt lọ vào tủ tối và lắc ít nhất một lần mỗi ngày trong 3 tuần.

d) Lọc lượng chứa trong lọ qua túi vải mỏng vào bình đong và đổ cồn vào chai thủy tinh màu hổ phách tiệt trùng có kích thước thích hợp (350-400ml/12-14fl oz.).

e) Dán nhãn với tất cả các thành phần và ngày bắt đầu ban đầu. Bắt đầu bằng cách uống một vài giọt mỗi ngày và tăng dần lên 1 thìa cà phê 2-3 lần một ngày. Sử dụng trong vòng 6 tháng.

74. Thuốc lá bạch dương và rễ cây tầm ma

Tạo ra 300-350ml (10-12fl oz.)

Thành phần

- 25g (ít 1oz) rễ cây tầm ma
- 15g (1/2oz) lá bạch dương
- Viên nén tường 25g (ít 1oz)
- 15g (1/2oz) lá lý chua đen
- 20g (3/4oz) cây dương trắng hoặc vỏ cây dương (Populus tremuloides)
- 400ml (14fl oz.) vodka chất lượng tốt

Hướng

a) Đảm bảo rằng tất cả nguyên liệu khô đều được thái nhỏ nhưng không thành bột.

b) Cho tất cả nguyên liệu trừ rượu vodka vào lọ thủy tinh lớn có nắp đậy chắc chắn, sau đó đổ rượu vodka vào, đậy nắp thật chặt và lắc vài lần.

c) Dán nhãn lọ với tất cả các thành phần và ngày tháng. Đặt lọ vào tủ tối và lắc ít nhất một lần mỗi ngày trong 3 tuần.

d) Lọc lượng chứa trong lọ qua túi vải mỏng vào bình đong và đổ cồn vào chai thủy tinh màu hổ phách tiệt trùng có kích thước thích hợp (350-400ml/12-14fl oz.).

e) Dán nhãn với tất cả các thành phần và ngày bắt đầu ban đầu. Bắt đầu bằng cách uống một vài giọt mỗi ngày và tăng dần lên 1 thìa cà phê 2-3 lần một ngày. Sử dụng trong vòng 6 tháng.

THỰC PHẨM THẢO DƯỢC

75. Gà thảo mộc vụn

Năng suất: 2 phần ăn

Nguyên liệu

- 2 tách vụn bánh mì
- 1 thìa cà phê muối
- 1 muỗng cà phê hạt tiêu mới xay
- 2 muỗng canh Rau mùi tây khô
- 1 muỗng cà phê kinh giới khô
- 1 muỗng cà phê húng tây khô
- 1 thìa cà phê lá oregano khô
- 1 thìa cà phê bột tỏi
- 1 quả cam; thái lát
- 4 Nửa ức gà rút xương và bỏ da
- 2 quả trứng; đánh bông HOẶC Trứng thay thế
- 2 muỗng canh Bơ hoặc bơ thực vật
- 2 muỗng canh Dầu thực vật
- 1 cái ly Nước luộc gà hoặc rượu trắng
- 1 nhánh mùi tây tươi

Hướng:

a) Cho vụn bánh mì, muối, tiêu, mùi tây, kinh giới, húng tây, lá oregano và bột tỏi vào máy xay thực phẩm rồi xay thật nhuyễn, sau đó nhúng ức gà vào trứng đã đánh bông rồi phủ một lớp vụn bánh mì.

b) Trên lửa vừa cao, làm nâu vàng ức gà ở cả hai mặt trong bơ và dầu. Giảm nhiệt, thêm nước kho hoặc rượu rồi đậy nắp. Đun nhỏ lửa trong 20 đến 30 phút, tùy thuộc vào độ dày của ức.

c) Trang trí với lát cam và rau mùi tây.

76. Kem gà thảo mộc

Năng suất: 1 khẩu phần

Nguyên liệu

- 1 lon Súp kem gà
- 1 lon Canh gà
- 1 lon sữa
- 1 lon nước
- 2 cốc hỗn hợp làm bánh Bisquick
- $\frac{3}{4}$ cốc sữa

Hướng:

a) Đổ lon súp vào chảo lớn

b) Cho lon nước và sữa vào khuấy đều cho đến khi mịn. Đun lửa vừa cho đến khi sôi

c) Khuấy đều Bisquick và sữa. Bột phải đặc và dính. Thả từng thìa bột vào súp đang sôi.

d) Nấu bánh bao trong khoảng 8 đến 10 phút.

77. Gà tây tráng men Apricot Dijon

Năng suất: 6 phần ăn

Nguyên liệu

- 6 viên nước luộc gà
- 1½ chén gạo trắng hạt dài chưa nấu chín
- ½ chén hạnh nhân thái lát
- ½ cốc mơ khô cắt nhỏ
- 4 củ hành lá có ngọn; thái lát
- ¼ chén mùi tây tươi cắt nhỏ
- 1 muỗng canh nước cam
- 1 muỗng cà phê Hương thảo khô; nghiền nát
- 1 muỗng cà phê Lá húng tây khô
- 1 nửa ức gà tây rút xương - khoảng 2 1/2 pound
- 1 cái ly Mứt mơ hoặc mứt cam
- 2 muỗng canh mù tạt Dijon

Hướng:

a) Đối với cơm thập cẩm thảo mộc, đun sôi nước. Thêm nước dùng . Tắt bếp vào tô. Thêm tất cả các thành phần cơm thập cẩm còn lại trừ gà tây; trộn đều. Đặt Thổ Nhĩ Kỳ lên trên hỗn hợp gạo.

b) Đậy nắp và nướng 45 phút

c) Lấy gà tây ra khỏi lò; cẩn thận lấy bánh ra bằng Găng tay lò nướng.

d) Khuấy cơm thập cẩm ngay trước khi dùng, dùng kèm với gà tây và nước sốt.

78. Cơm gà sốt thảo mộc

Năng suất: 4 phần ăn

Nguyên liệu

- ¾ cốc nước nóng
- ¼ chén rượu trắng
- 1 muỗng cà phê hạt nước dùng hương vị gà
- 4 (4 oz.) nửa ức gà đã bỏ da và xương
- ½ muỗng cà phê Bột bắp
- 1 muỗng canh nước
- 1 gói phô mai kiểu Neufchatel với các loại thảo mộc và gia vị
- 2 chén cơm hạt dài nấu nóng

Hướng:

a) Cho nước nóng, rượu và nước dùng vào đun sôi trong chảo lớn trên lửa vừa cao. Giảm nhiệt và cho thịt gà vào, đun nhỏ lửa trong 15 phút; quay sau 8 phút. Lấy thịt gà ra khi đã chín, giữ ấm. Cho nước nấu vào đun sôi, giảm nhỏ lửa. đến ⅔ cốc.

b) Kết hợp bột ngô và nước rồi thêm vào chất lỏng. Đun sôi và nấu trong 1 phút, khuấy liên tục. Thêm phô mai kem và nấu cho đến khi hòa quyện, khuấy liên tục bằng máy đánh trứng. Cách dùng:

c) Phủ cơm với thịt gà, rưới nước sốt lên gà

79. Gà sốt kem và thảo mộc

Năng suất: 6 phần ăn

Nguyên liệu

- 6 Đùi gà, bỏ da và xương
- Bột mì đa dụng có muối và tiêu
- 3 thìa bơ
- 3 muỗng canh dầu ô liu
- ½ chén rượu trắng khô
- 1 thìa nước cốt chanh
- ½ cốc kem tươi
- ½ muỗng cà phê húng tây khô
- 2 muỗng canh mùi tây tươi băm nhỏ
- 1 quả chanh, thái lát (trang trí)
- 1 muỗng canh bạch hoa, rửa sạch và để ráo nước (trang trí)

Hướng:

a) Trong một chảo lớn, đun nóng 1,5 thìa canh bơ và dầu rồi cho từng miếng thịt gà vào sao cho vừa miệng mà không bị đông.

b) Cho rượu và nước cốt chanh vào chảo rồi đun trên lửa vừa cao, khuấy đều để các hạt có màu nâu hòa quyện. Đun sôi, giảm còn khoảng một nửa

c) Thêm kem tươi, húng tây và rau mùi tây vào đun cho đến khi nước sốt đặc lại, đổ nước thịt từ đĩa hâm nóng vào nước sốt.

d) Điều chỉnh nước sốt cho vừa miệng, rưới thịt lên trên và trang trí với rau mùi tây, lát chanh và nụ bạch hoa.

80. Gà madeira trên bánh quy

Năng suất: 6 phần ăn

Nguyên liệu

- 1 pound ức gà
- 1 muỗng canh dầu ăn
- 2 tép tỏi, băm nhỏ
- 4½ chén nấm tươi cắt thành 4 phần
- ½ chén hành tây xắt nhỏ
- 1 cái ly kem chua
- 2 thìa bột mì đa dụng
- 1 cốc sữa gầy
- ½ chén nước luộc gà
- 2 muỗng canh Madeira hoặc rượu sherry khô

Hướng:

a) Nấu gà trong dầu nóng trên lửa vừa cao trong 4 - 5 phút hoặc cho đến khi không còn màu hồng. Cho tỏi, nấm và hành tây vào chảo. Nấu không đậy nắp trong 4 - 5 phút hoặc cho đến khi chất lỏng bay hơi.

b) Trong một cái bát, khuấy đều kem chua, bột mì, ½ thìa cà phê muối và ¼ thìa cà phê tiêu. Thêm hỗn hợp kem chua, sữa và nước dùng vào chảo. Thêm thịt gà và Madeira hoặc rượu sherry; đun nóng.

c) Dùng kèm với bánh quy Herbed.

81. Súp gà rau thơm

Năng suất: 7 phần ăn

Nguyên liệu

- 1 chén đậu cannellini khô
- 1 muỗng cà phê Dầu ô liu
- 2 tỏi tây, cắt tỉa - rửa sạch
- 2 củ cà rốt - gọt vỏ và thái hạt lựu
- 10ml tỏi - thái nhỏ
- 6 quả cà chua mận
- 6 củ khoai tây mới
- 8 cốc nước luộc gà tự làm
- $\frac{3}{4}$ cốc rượu trắng khô
- 1 nhánh húng tây tươi
- 1 nhánh hương thảo tươi
- 1 lá nguyệt quế

Hướng:

a) Đậu rửa sạch, vớt ra, đổ ngập nước rồi để ngâm khoảng 8 tiếng hoặc qua đêm. Trong nồi lớn, đun dầu trên lửa vừa và nhỏ. Cho tỏi tây, cà rốt và tỏi vào nấu cho đến khi mềm, khoảng 5 phút. Khuấy đều cà chua và nấu trong 5 phút. Thêm khoai tây và nấu trong 5 phút.

b) Cho nước luộc gà, rượu và rau thơm vào đun sôi, để ráo nước rồi cho vào nồi nấu khoảng 2 giờ hoặc cho đến khi đậu mềm.

c) Loại bỏ lá nguyệt quế và nhánh thảo mộc trước khi dùng.

82. Gà nấu rượu và rau thơm

Năng suất: 4 phần ăn

Nguyên liệu

- Gà rán
- ½ thìa cà phê lá oregano
- ½ muỗng cà phê húng quế
- 1 chén rượu trắng khô
- ½ thìa cà phê muối tỏi
- ½ thìa muối
- ¼ thìa cà phê Tiêu

Hướng:

a) Thịt gà rửa sạch, cắt nhỏ, cho một ít dầu vào, chiên vàng đều các mặt gà. Đổ bớt dầu thừa.

b) Thêm rượu và gia vị rồi đun nhỏ lửa trong 30 đến 40 phút hoặc cho đến khi thịt gà mềm.

83. ravioli thảo mộc

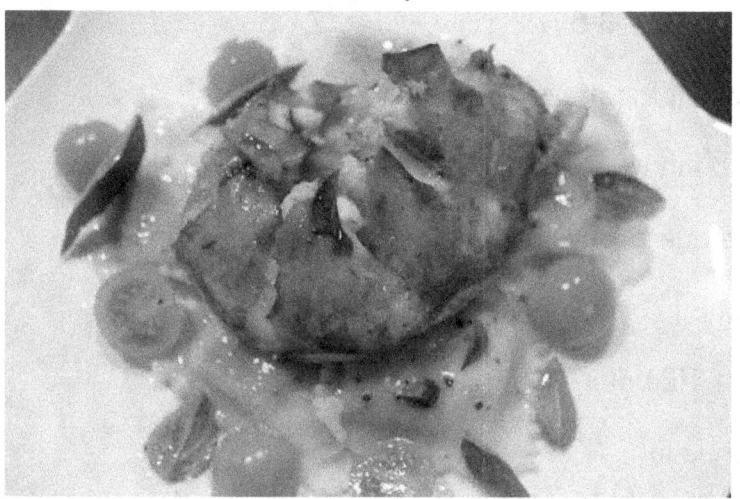

Nguyên liệu

- 2 tấm mì ống tươi 8,5x11"
- 1$\frac{1}{4}$ cốc Phô mai Ricotta; không béo
- $\frac{3}{4}$ cốc Vụn bánh mỳ Ý
- $\frac{1}{4}$ cốc Húng quế tươi và $\frac{1}{4}$ cốc Rau mùi tây tươi; xắt nhỏ
- $\frac{1}{8}$ thìa cà phê lá oregano và $\frac{1}{8}$ Nhục đậu khấu
- Muối và hạt tiêu đen
- Cơ sở cà chua luộc
- 2 lớn Cà chua; chín
- 2 tép tỏi; thái lát mỏng
- 6 lá húng quế tươi

Hướng:

a) Trong tô trộn lớn, trộn ricotta, vụn bánh mì, húng quế, rau mùi tây, lá oregano, nhục đậu khấu, muối và tiêu đen.

b) Đặt các tấm mì ống phẳng trên bề mặt làm việc và thả bốn phần bằng nhau (khoảng $\frac{1}{4}$ cốc) hỗn hợp ricotta lên 4 góc phần tư ở nửa bên trái của mỗi tấm mì ống. Gấp nửa bên phải của tấm mì ống lên nửa còn lại. Nhấn xuống xung quanh mỗi miếng phô mai. gò để bịt kín.

c) Đun sôi nước trong nồi lớn. Thả bánh bao vào nước và đun sôi trong 3-5 phút . Rửa sạch, bỏ lõi, gọt vỏ và cắt nhỏ cà chua. Đặt sang một bên. Xào tỏi nhanh, Thêm cà chua, húng quế, nước và muối

d) Đậy nắp và nấu trong 5 phút . Múc hỗn hợp cà chua lên 4 đĩa phục vụ và đặt hai chiếc bánh raviolis lên trên mỗi đĩa.

84. Mì trộn thảo mộc

Năng suất: 1 khẩu phần

Nguyên liệu

- 4 củ vừa

- 3 phương tiện

- 1 pound mì khô

- 1 cốc lá mùi tây lá phẳng tươi đóng gói

- ½ cốc lá húng quế tươi đóng gói

- 1 muỗng canh lá húng tây tươi

- 1 muỗng canh lá hương thảo tươi

- 1 muỗng canh lá ngải giấm tươi

- ½ cốc Parmesan mới bào

- ⅓ cốc dầu ô liu

- ¼ chén quả óc chó; nướng vàng

- 1 muỗng canh giấm balsamic

Hướng:

a) Trong ấm đun nước 6 lít, đun sôi 5 lít nước muối. Thêm mì ống và nấu trong 8 phút hoặc cho đến khi mềm. Thêm cà rốt và nấu 1 phút. Thêm bí xanh và nấu 1 phút. Dự trữ ⅔ cốc nước nấu và xả mì ống và để ráo nước . rau.

b) Trong một tô lớn, khuấy đều pesto và nước nấu nóng dành riêng, sau đó thêm mì ống và rau củ vào rồi trộn đều.

c) Trong máy xay thực phẩm, trộn tất cả các Thành phần với muối và hạt tiêu cho vừa ăn cho đến khi mịn.

85. Farfalle với nước sốt thảo mộc

Năng suất: 1 khẩu phần

Nguyên liệu

- 2 tép tỏi - băm nhỏ

- 1 lb. farfalle -- nấu chín

- 2 c nhánh bạc hà tươi

- ¾ dầu ô liu nguyên chất

- ½ c nước luộc rau

- 1½ muỗng cà phê muối

- ½ thìa cà phê tiêu tươi

- 1 muỗng canh nước cốt chanh

- ½ c quả óc chó, nướng, cắt nhỏ

- ½ c phô mai Parmesan

Hướng:

a) Trong máy xay sinh tố hoặc máy chế biến thực phẩm, thêm các loại thảo mộc và tỏi vào, trong khi máy đang chạy, rưới ½ dầu ô liu, nước luộc rau củ và phần dầu còn lại vào. Thêm muối, hạt tiêu và chanh, trộn đều và nếm thử. điều chỉnh theo mùa.

b) Trộn mì ống đã nấu chín khi còn ấm, thêm các loại hạt và phô mai vào, trang trí bằng các nhánh thảo mộc tươi.

86. Mì trứng tỏi

Năng suất: 4 phần ăn

Nguyên liệu

- ½ pound mì trứng
- 4 tép tỏi lớn
- 1½ cốc hỗn hợp thảo mộc
- 2 muỗng canh dầu ô liu nguyên chất
- Muối và tiêu

Hướng:

a) Nấu mì ống trong một nồi lớn có nước sôi, có muối cho đến khi mềm nhưng vẫn cứng, khoảng 7-9 phút.

b) Trong khi đó, băm tỏi, băm nhỏ các loại thảo mộc; bạn sẽ có khoảng 1 cốc.

c) Cho dầu ô liu và tỏi vào chảo lớn. Nấu trên lửa vừa, thỉnh thoảng khuấy đều cho đến khi tỏi có mùi thơm nhưng không chuyển sang màu nâu, trong 2-3 phút. Tắt bếp và cho các loại thảo mộc băm nhỏ vào.

d) Cho mì đã luộc vào chảo đảo đều, nêm muối và tiêu cho vừa ăn rồi đảo đều

87. Cappelini với rau chân vịt

Năng suất: 6 phần ăn

Nguyên liệu

- 8 ounce mì ống tóc thiên thần (cappelini)
- 10 ounce rau bina đông lạnh
- 1 pound rau bina tươi
- 1 muỗng canh ô liu nguyên chất
- 1 củ hành tây; xắt nhỏ
- 2 muỗng canh mùi tây tươi
- ½ muỗng cà phê lá húng quế khô
- ½ muỗng cà phê lá oregano khô
- ½ muỗng cà phê hạt nhục đậu khấu
- Muối và hạt tiêu cho vừa ăn
- 2 thìa phô mai Parmesan bào;

Hướng:

a) Đun sôi một ấm nước lớn và nấu mì ống cho đến khi chín mềm, trong 3 phút. Đổ vào một cái chao; để sang một bên. Trong khi đó, đặt rau bina đông lạnh vào vỉ hấp trên nước sôi cho đến khi hơi héo.

b) Trong chảo chống dính, đun nóng dầu và xào hành tây cho đến khi mềm. Cho rau bina, hành tây, rau mùi tây, húng quế, lá oregano, nhục đậu khấu, muối và tiêu vào máy xay sinh tố của máy xay thực phẩm có lưỡi kim loại và chế biến thành nhuyễn. Đặt mì ống vào máy xay sinh tố . trong tô phục vụ, rưới nước sốt và rắc phô mai Parmesan

88. Gạo thảo dược Malaysia

Nguyên liệu

- 400 gam' Cá hồi tươi
- 2 muỗng canh nước tương và 2 muỗng canh Mirin
- 6 cốc Cơm gạo thơm nấu chín
- Lá chanh Kaffir
- ½ cốc Dừa nướng; dừa vụn
- Nghệ/ riềng; gọt vỏ
- 3 muỗng canh Nước mắm

Cách ăn mặc

- 2 quả ớt đỏ nhỏ; bỏ hạt và băm nhỏ
- ½ cốc Húng quế
- ½ cốc bạc hà Việt Nam
- 1 quả bơ chín; gọt vỏ
- 1 quả ớt đỏ; băm nhỏ
- 2 tép tỏi; băm nhỏ
- ⅓ cốc Nước ép chanh

Hướng:

a) Trộn đậu nành và mirin rồi rưới lên cá và ướp trong 30 phút. Làm nóng chảo nướng hoặc vỉ nướng rồi nướng cá cho đến khi vàng.

b) Thái sợi nghệ, riềng, ớt và lá chanh kaffir rồi trộn với cơm đã nấu chín, thêm dừa nướng, húng quế và bạc hà vào trộn với nước mắm.

c) Nghiền nhuyễn tất cả các Thành phần nước sốt, sau đó trộn nước sốt qua gạo cho đến khi gạo có màu xanh nhạt. Rắc cá đã nấu chín và thêm vào cơm.

89. Tóc thiên thần với cá hồi hun khói

Năng suất: 4 phần ăn

Nguyên liệu

- 8 ounce mì sợi tóc thiên thần; chưa nấu chín
- 6 ounce cá hồi hun khói; thái lát mỏng
- 3 muỗng canh dầu ô liu
- 1 củ tỏi lớn; thái nhỏ
- $2\frac{1}{4}$ cốc Cà chua cắt nhỏ; bỏ hạt
- $\frac{1}{2}$ cốc Rượu vang trắng khô
- 3 muỗng canh bạch hoa lớn để ráo nước
- $1\frac{1}{2}$ thìa cà phê Spice Islands Thì là Weed
- $1\frac{1}{2}$ thìa cà phê Spice Islands Sweet Basil
- $\frac{1}{2}$ chén phô mai Parmesan; mới xay
- 2 chén cà chua, rượu vang

Hướng:

a) Chuẩn bị mì ống theo những bước chỉ dẫn món.

b) Trong khi đó, cắt cá hồi dọc theo thớ thành dải rộng $\frac{1}{2}$ inch; để sang một bên.

c) Trong chảo lớn, đun nóng dầu trên lửa vừa cho đến khi nóng; xào và đảo tỏi cho đến khi vàng.

d) Khuấy bạch hoa, thì là và húng quế; nấu cho đến khi hỗn hợp nóng, thỉnh thoảng khuấy.

e) Trong tô lớn, trộn hỗn hợp mì ống và cà chua; trộn đều.

f) Thêm cá hồi và phô mai vào, đảo nhẹ. Trang trí với cà chua và mùi tây còn lại nếu muốn.

90.   Cá tuyết với thảo mộc

Năng suất: 4 phần ăn

Nguyên liệu

- 3 cốc nước
- ½ chén cần tây thái lát
- 1 gói nước luộc gà ăn liền
- ½ quả chanh
- 2 muỗng canh hành tây khô
- 1 muỗng cà phê mùi tây tươi, xắt nhỏ
- ½ mỗi lá nguyệt quế
- ⅛ thìa cà phê Đinh hương xay
- ⅛ thìa cà phê húng tây
- 4 cái mỗi cái bít tết cá tuyết có xương và da
- 2 phương tiện Cà chua, cắt làm đôi
- 2 phương tiện Ớt xanh, bỏ hạt và cắt làm đôi

Hướng:

a) Trong chảo 12 inch, kết hợp nước, cần tây, hỗn hợp nước dùng, chanh, hành tây, mùi tây, lá nguyệt quế, đinh hương và húng tây. Đun sôi, sau đó giảm nhiệt để đun nhỏ lửa. Thêm cá và luộc từ 5 đến 7 phút. Thêm nửa quả cà chua và ớt xanh vào, nấu tiếp cho đến khi cá bong ra dễ dàng. Lấy cá và rau ra, giữ ấm.

b) Nấu chất lỏng cho đến khi còn một nửa. Loại bỏ chanh và lá nguyệt quế. Cho chất lỏng và một nửa số cà chua và ớt đã nấu chín vào hộp máy xay. Xay nhuyễn cho đến khi mịn

c) Đổ cá và cà chua và ớt còn lại lên trên.

91. Cá hồi luộc lạnh

Năng suất: 1 khẩu phần

Nguyên liệu

- 6 phi lê cá hồi không da; (6 ounce)
- Muối và tiêu trắng
- 3 chén nước luộc cá hoặc nước nghêu
- 1 bó lá oregano
- 1 bó húng quế
- 1 bó mùi tây
- 1 bó húng tây
- 6 Cà chua gọt vỏ, bỏ hạt và thái hạt lựu
- ½ chén dầu ô liu nguyên chất
- 1½ muỗng cà phê muối
- ½ thìa cà phê tiêu đen mới xay

Hướng:

a) Ướp cá hồi với muối và hạt tiêu

b) Đun sôi nước kho hoặc nước trái cây trong chảo chịu nhiệt lớn. Thêm cá sao cho vừa chạm vào nhau và đun sôi chất lỏng. Chuyển vào lò nướng và nướng trong 5 phút trong khi lật cá

c) Để làm nước sốt, cắt bỏ cuống và thái nhỏ tất cả các loại thảo mộc. Trộn tất cả các Thành phần trong một bát nhỏ và bảo quản trong tủ lạnh.

92. Phi lê thảo mộc thì là

Năng suất: 4 phần ăn

Nguyên liệu

- 2 pound phi lê cá hồng
- ¾ thìa cà phê muối
- ½ muỗng cà phê tiêu xay
- ½ chén dầu ô liu
- 1½ muỗng canh rau mùi tây băm
- 1 muỗng canh hành tím băm, gia vị
- 1 x Hunter đông khô hoặc tươi
- 1 nhúm lá oregano
- ¼ cốc nước chanh tươi vắt

Hướng:

a) Xếp cá thành một lớp, đĩa nướng nông, có phết dầu. Rắc dầu, mùi tây, hẹ tây, thì là và lá oregano. Nướng trong lò đã làm nóng trước ở nhiệt độ 350 độ F cho đến khi thịt gần như tách ra khi thử bằng nĩa--15 đến 20 phút. Đổ nước ép chảo hai lần trong khi nướng. Lấy cá ra đĩa phục vụ.

b) Trộn nước cốt chanh vào chảo nhỏ giọt, sau đó rưới lên cá.

93.   Cá nướng giòn và rau thơm

Năng suất: 4 phần ăn

Nguyên liệu

- 4 miếng phi lê cá trắng
- 1 muỗng canh nước
- $\frac{1}{8}$ thìa cà phê chanh tiêu
- 1 muỗng cà phê bơ thực vật ít béo, tan chảy
- 1 lòng trắng trứng
- $\frac{1}{2}$ chén vụn bánh ngô
- 2 muỗng cà phê mùi tây tươi xắt nhỏ

Hướng:

a) Làm nóng lò ở 400F. Xịt nhẹ dung dịch xịt rau lên chảo nướng nông cỡ vừa. Rửa sạch cá và lau khô.

b) Trong tô nhỏ, đánh lòng trắng trứng với một ít nước. Nhúng cá vào lòng trắng trứng rồi lăn thành từng miếng vụn. Xếp cá vào chảo nướng. Rắc chanh tiêu và rau mùi tây, sau đó rưới bơ thực vật lên trên.

c) Nướng không đậy nắp trong 20 phút hoặc cho đến khi cá bong ra dễ dàng

94. Fettuccine với tôm

Năng suất: 2 phần ăn

Nguyên liệu

- 1 gói Lipton hỗn hợp súp kem thảo mộc
- 8 ounce tôm
- 6 ounce Fettuccini, nấu chín
- $1\frac{3}{4}$ cốc sữa
- $\frac{1}{2}$ cốc đậu Hà Lan
- $\frac{1}{4}$ cốc Parmesan, bào nhỏ

Hướng:

a) Trộn súp với sữa rồi đun sôi, cho tôm và đậu Hà Lan vào đun nhỏ lửa trong 3 phút cho đến khi tôm mềm.

b) Trộn với mì nóng và phô mai.

95. Vẹm tỏi

Năng suất: 1 khẩu phần

Nguyên liệu

- 1 kg Vẹm tươi sống
- 2 củ hẹ hoặc 1 củ hành tây nhỏ
- 200 ml Rượu trắng khô
- 1 lá nguyệt quế
- 1 nhánh mùi tây
- 125 gram bơ
- 1 muỗng canh rau mùi tây xắt nhỏ; tối đa 2
- 2 tép tỏi; nghiền nát
- Hạt tiêu vừa mới nghiền
- 2 muỗng canh vụn bánh mì trắng tươi để hoàn thành
- 250 gam Muối biển để trình bày

Hướng:

a) Cắt nhỏ hành tây và cho vào chảo có kích thước vừa phải cùng với rượu vang, lá nguyệt quế, húng tây và rau mùi tây, sau đó đun sôi. Thêm hến vào, kiểm tra xem chúng đã đóng kín chưa và loại bỏ những con còn hở.

b) Đậy nắp và đun nhỏ lửa trong 5 hoặc 6 phút hoặc cho đến khi trai mở miệng.

c) Đánh bơ rồi cho rau mùi tây, tỏi và một ít tiêu đen vào trộn đều, cho 1/2 thìa cà phê lên mỗi con trai, rắc nhẹ vụn bánh mì rồi đặt trên vỉ nướng nóng khoảng 2-3 phút.

Ăn hến nóng trên lớp muối biển.

96. Cá Caribe với rượu vang

Năng suất: 1 khẩu phần

Nguyên liệu

- 1 chén cơm hoặc couscous - nấu chín
- 4 tờ giấy da, giấy bạc
- 2 cái nhỏ
- 1 poblano Chilê
- Pasillo -- ở dạng dải mỏng
- 1 pound cá trắng chắc không xương
- 4 phương tiện Cà chua
- 10 quả ô liu đen
- 1 muỗng cà phê Mỗi húng quế tươi xắt nhỏ
- Húng tây - tarragon
- Rau mùi tây và hành lá
- 1 quả trứng

Hướng:

a) Đặt lên khay nướng và nướng trong 12 phút hoặc cho đến khi cá chín Đặt ½ chén cơm vào giữa.

b) Trên mỗi khẩu phần có ½ cốc bí xanh, một miếng cá, ¼ cốc cà chua thái hạt lựu và 3 dải ớt mỏng.

c) Rắc 1/4 số ô liu cắt nhỏ vào mỗi khẩu phần và phủ ¼ loại thảo mộc tươi lên trên.

d) Trộn tất cả nước sốt Nguyên liệu và bột nhuyễn Đổ vào nồi nhỏ và đun sôi trên lửa vừa.

97. Cá tuế nấu tỏi

Năng suất: 4 phần ăn

Nguyên liệu

- 700 gam Đuôi cá chày phi lê

- 85 gam Bơ

- 2 tép tỏi - nghiền nát

- Trứng bị đánh đập)

- Nước ép của một quả chanh

- 1 thìa cà phê rau thơm thái nhỏ

- Bột dày dạn

Hướng:

a) Làm mềm bơ và thêm các loại thảo mộc và tỏi. Làm lạnh. -- Rạch từng miếng phi lê Monkfish và gói bơ thảo mộc đã làm lạnh. Gấp lại để bọc bơ. Nhúng từng miếng vào bột mì dày đặc, nhúng vào trứng đã đánh và lăn trong vụn bánh mì. Nhấn vụn bánh dính chặt vào cá.

b) Cho cá vào đĩa phết bơ, rưới một ít bơ hoặc dầu đun chảy và nước cốt chanh lên trên. Nấu trong 30-35 phút ở nhiệt độ 375F/190C.

c) Phục vụ cùng một lúc.

98. Thịt lợn cốt lết

Năng suất: 4 phần ăn

Nguyên liệu

- 1 quả trứng
- ⅓ chén vụn bánh mì khô
- ¼ chén húng quế tươi, xắt nhỏ
- 2 muỗng canh oregano tươi, xắt nhỏ
- 1 muỗng canh Parmesan, tươi xay
- 1 muỗng cà phê húng tây tươi, xắt nhỏ
- ½ thìa cà phê Tiêu
- ¼ thìa cà phê muối
- 1 pound thịt lợn cốt lết chiên nhanh
- 2 thìa dầu thực vật

Hướng:

a) Trong đĩa nông, đánh nhẹ trứng. Trong đĩa nông riêng biệt, trộn đều vụn bánh mì, húng quế, lá oregano, phô mai Parmesan, húng tây, hạt tiêu và muối. Nhúng thịt lợn vào trứng cho ngấm đều, ấn vào hỗn hợp vụn bánh mì, đảo đều.

b) Trong chảo lớn, làm nóng một nửa lượng dầu. Ở lửa vừa; nấu thịt lợn theo từng mẻ và thêm lượng dầu còn lại nếu cần, trở một lần trong 8-10 phút hoặc cho đến khi chỉ còn một chút màu hồng bên trong. Ăn với khoai tây đỏ mới và đậu vàng

99. Xúc xích thảo dược tu viện

Năng suất: 1 khẩu phần

Nguyên liệu

- 400 gram thịt nạc heo
- 400 gram thịt bò nạc
- 200 gram mỡ lưng heo xanh hoặc mỡ
- Bụng thịt lợn không có da
- 20 gram muối
- 2 thìa cà phê tiêu trắng xay mịn
- 1 thìa cà phê húng tây
- 1 thìa cà phê kinh giới
- 5 miếng Pimento
- 1 miếng nghiền mịn
- Quế

Hướng:

a) Thịt lợn, thịt bò và mỡ băm qua đĩa 8 mm, trộn đều các loại rau thơm, gia vị rồi rắc lên khối thịt rồi trộn đều tay trong 5-10 phút.

b) Lắp phễu vào máy trộn và đổ đầy vỏ thịt lợn, vặn theo chiều dài tùy ý.

100. Phi lê cừu với rau thơm

Năng suất: 4 phần ăn

Nguyên liệu

- 450 gam Phi lê cổ cừu
- 1 muỗng cà phê Húng tây phơi khô
- 1 muỗng cà phê Hương Thảo khô
- 2 tép tỏi, thái lát mỏng
- 2 muỗng canh dầu ô liu
- Muối và hạt tiêu đen mới xay

Hướng:

a) Cắt từng miếng thịt cừu làm đôi theo chiều ngang sau đó cắt theo chiều dọc, không cắt hoàn toàn và mở ra như một cuốn sách. Để nấu nướng an toàn trên thịt nướng, mỗi miếng không được dày quá 2 cm/ $\frac{3}{4}$ in. Nếu dày hơn, dùng cây lăn đập nhẹ vào giữa 2 miếng màng bám

b) Cho tất cả các Thành phần còn lại vào tô và thêm thịt cừu vào. Trộn đều, sau đó đậy nắp và để trong tủ lạnh tối đa 48 giờ, thỉnh thoảng trở mặt.

c) Đặt thịt lên vỉ nướng và nướng trong 4-5 phút mỗi mặt.

d) Hãy chắc chắn rằng nó đã được nấu chín kỹ và phết nhẹ nước xốt trong khi nấu.

PHẦN KẾT LUẬN

Các đầu bếp và người nấu ăn tại nhà đều sử dụng các loại thảo mộc tươi và khô để chế biến các món ăn ngọt và mặn, từ các loại nước sốt đậm đà đến các món salad nhẹ và các món nướng tẩm thảo mộc. vì những lợi ích sức khỏe của chúng kể từ thời Trung Cổ, từ lợi ích chống viêm và kháng vi-rút cho đến tác dụng làm sạch da tại chỗ.

Trở thành một người nấu ăn bằng thảo dược giỏi hơn tại nhà với những món ăn được nêu bật trong cuốn sách này.